ਬਿਰਧ ਆਸ਼ਰਮ

ਜੀਵਨ ਰੂਪੀ ਸੰਗੀਤ ਦੇ ਉੱਚੇ ਨੀਵੇਂ ਸੁਰ

ਬਿਰਧ ਆਸ਼ਰਮ

ਜੀਵਨ ਰੂਪੀ ਸੰਗੀਤ ਦੇ ਉੱਚੇ ਨੀਵੇਂ ਸੁਰ

ਜੋਬਨ ਸ਼ੇਰਖਾਂ

White Falcon Publishing

Published by White Falcon Publishing,
Chandigarh, India

ਪੰਜਾਬ, ਪੰਜਾਬੀ ਤੇ ਪੰਜਾਬੀਅਤ ਦੇ ਨਾਮ

ਮੁਖਬੰਧ

ਇਹ ਕਿਤਾਬ ਪੂਰੀ ਕਰਨਾ ਮੇਰੇ ਲਈ ਇਕ ਬੜੀ ਵੱਡੀ ਚੁਣੌਤੀ ਸੀ। ਪਤਾ ਨੀ ਇਹ ਜ਼ਿੰਦਗੀ ਦੇ ਸਫਰ ਦੇ ਵਿੱਚ ਰੁੱਝੇ ਰਹਿਣ ਕਰਕੇ ਸੀ ਯਾਂ ਕੋਈ ਘਾਲੇ ਸੀ ਯਾਂ ਕੁਝ ਹੋਰ, ਇਹ ਤਾਂ ਮੈਨੂੰ ਵੀ ਨੀ ਪਤਾ। ਮੈਨੂੰ ਬੜੀ ਖ਼ੁਸ਼ੀ ਆ ਕਿ ਕਿਤਾਬ ਪੂਰੀ ਹੋ ਗਈ। ਕਿਤਾਬ ਤਰ੍ਹਾਂ - ਤਰ੍ਹਾਂ ਦੀਆਂ ਕਹਾਣੀਆਂ ਨੂੰ ਬਿਆਨ ਕਰਦੀ ਏ। ਵੈਸੇ ਤਾਂ ਮੇਰੇ ਲਈ ਸਾਰਿਆਂ ਕਹਾਣੀਆਂ ਇਕ ਬਰਾਬਰ ਨੇ। ਕਿਉਂਕਿ ਮੇਰਾ ਮੰਨਣਾ ਇਹ ਆ ਕਿ ਇਕ ਲੇਖਕ ਲਈ ਉਹਦਾ ਲਿਖਿਆ ਹਰ ਇਕ ਸ਼ਬਦ ਉਹਦੀ ਔਲਾਦ ਵਰਗਾ ਹੁੰਦਾ ਏ। ਪਰ ਇਸ ਕਿਤਾਬ ਦਿਆਂ ਸਾਰਿਆਂ ਕਹਾਣੀਆਂ ਵਿੱਚੋਂ ਇਕ ਕਹਾਣੀ "ਧੀ ਸਿਆਣੀ 'ਕਿ' ਘਰ ਖਾਣੀ" ਨੇ ਮੇਰੇ ਦਿਲ ਤੇ ਅਮਿਟਵਾਂ ਛਾਪ ਛੱਡਿਆ ਏ। ਜਦ ਵੀ ਇਸ ਕਹਾਣੀ ਨੂੰ ਯਾਦ ਕਰਦਾਂ ਮੇਰੇ ਲੂੰ ਕੰਡੇ ਖੜ੍ਹੇ ਹੋ ਜਾਂਦੇ। ਮੈਨੂੰ ਵਿਸ਼ਵਾਸ ਆ ਜਦੋਂ ਤੁਸੀਂ ਇਹ ਕਹਾਣੀ ਪੜ੍ਹੋਗੇ ਤਾਂ ਤੁਹਾਨੂੰ ਮੇਰੀ ਹਾਲਤ ਬਾਰੇ ਜਾਣਕਾਰੀ ਹੋਵੇਗੀ। ਕਿਤਾਬ ਵਿਚਲੀ ਹਰ ਇਕ ਕਹਾਣੀ ਨੂੰ ਅਸਲ ਸਮਝ ਕੇ ਲਿਖਿਆ ਗਿਆ। ਇਸ ਕਰਕੇ ਹਰ ਇਕ ਕਹਾਣੀ ਤੁਹਾਡੇ ਦਿਲ 'ਚ ਕੋਈ ਨਾ ਕੋਈ ਚੰਗਿਆਈ ਭਰ ਕੇ ਜਾਵੇਗੀ। ਆਓ ਆਪਾਂ ਰਲ ਕੇ ਇਸ ਚੰਗਿਆਈ ਦੀਆਂ ਤੰਦਾਂ ਨੂੰ ਫੜੀਏ ਤੇ ਗਲ ਨਾਲ ਲਾ ਲਈਏ।

ਲੇਖਕ

ਤਤਕਰਾ

ਚੁੱਪ ਕਰ ਧੀਏ

ਮੇਰਾ ਨਾਂ ਭਾਗੋ ਹੈ ਤੇ ਉਮਰ ਮੇਰੀ ਸਤਾਹਠ ਸਾਲ ਹੈ। ਇਹ ਗੱਲ ਸੰਨ ਬਵੰਜਾ ਦੀ ਹੈ, ਉਦੋਂ ਮੇਰੀ ਉਮਰ ਸਤਾਰਾਂ ਕੁ ਸਾਲ ਸੀ। ਹੋਰਾਂ ਦੀ ਤਰ੍ਹਾਂ ਮੇਰੇ ਬਾਪੂ ਨੇ ਮੇਰਾ ਵੀ ਵਿਆਹ ਨਿੱਕੀ ਉਮਰੇ ਕਰਕੇ ਆਪਣਾ ਫਰਜ਼ ਪੂਰਾ ਕੀਤਾ। ਮੈਂ ਬਾਪੂ ਨੂੰ ਬਥੇਰਾ ਕਿਹਾ ਸੀ ਪਰ ਉਹਨੇ ਮੇਰੀ ਇੱਕ ਵਾਰ ਵੀ ਨਾ ਸੁਣੀ। ਮੈਂ ਬਾਪੂ ਨੂੰ ਕਿਹਾ ਸੀ ਮੇਰਾ ਸ਼ਾਹੂਕਾਰਾਂ ਘਰੇ ਨਾ ਵਿਆਹ ਕਰ, ਆਪਣੇ ਕੋਲੋਂ ਇਹਨਾਂ ਦਿਆਂ ਮੰਗਾਂ ਪੂਰੀਆਂ ਨਹੀਂ ਕੀਤੀਆਂ ਜਾਣੀਆਂ। ਪਰ ਬਾਪੂ ਕਹਿੰਦਾ ਹੁੰਦਾ ਸੀ "ਬੇਫਿਕਰੀ ਰਹਿ ਧੀਏ, ਜਿੰਨਾਂ ਚਿਰ ਤੇਰਾ ਬਾਪੂ ਜਿਉਂਦਾ ਤੈਨੂੰ ਫਿਕਰ ਕਰਨ ਦੀ ਲੋੜ ਨੀ"। ਆਹੀ ਸੁਣ ਕੇ ਮੈਂ ਹਰ ਵਾਰੀ ਚੁੱਪ ਕਰ ਜਾਂਦੀ ਪਰ ਮੇਰੇ ਅੰਦਰ ਦਾ ਰੌਲਾ ਮੈਨੂੰ ਖਾਈ ਜਾਂਦਾ ਸੀ। ਬੜੇ ਸਵਾਲ ਸੀ ਜਿਨ੍ਹਾਂ ਦੇ ਜਵਾਬ ਮੇਰੇ ਕੋਲ ਨਹੀਂ ਸੀ।

ਦੁਨੀਆਦਾਰੀ ਸਮਝਣ ਤੋਂ ਪਹਿਲਾਂ ਹੀ ਮੇਰੇ ਬਾਪੂ ਨੇ ਮੈਨੂੰ ਇਸ ਭੀੜ 'ਚ ਤੋਰ ਦਿੱਤਾ। ਬੇਬੇ ਦਿਆਂ ਟੂੰਮਾਂ ਵੇਚ ਕੇ ਜਿਹੜਾ ਸਾਈਕਲ ਖਰੀਦਿਆ ਸੀ ਉਹ ਮੈਨੂੰ ਦਾਜ 'ਚ ਮਿਲਿਆ ਸੀ। ਮੈਨੂੰ ਬੜਾ ਡਰ ਲਗਦਾ ਸੀ ਕਿਉਂਕਿ ਮੈਂ ਸੁਣਿਆ ਸੀ ਕਿ ਸਹੁਰੇ ਕੁੜੀਆਂ ਨੂੰ ਦਾਜ ਪਿੱਛੇ ਬੜੇ ਤਸੀਹੇ ਦਿੰਦੇ ਹਨ। ਪਿਛਲੇ ਦਿਨੀਂ ਹੀ ਸਾਡੇ ਪਿੰਡ 'ਚ ਇੱਕ ਘਟਨਾ ਹੋਈ ਸੀ। ਦਾਜ ਵਿੱਚ ਮੱਝ ਨਾ ਮਿਲਣ ਪਿੱਛੇ ਸਹੁਰਿਆਂ ਨੇ ਕੁੜੀ ਨੂੰ ਜ਼ਿੰਦਾ ਸਾੜ ਦਿੱਤਾ, ਹਾਲੇ ਤਾਂ ਬੱਸ ਇੱਕ ਮਹੀਨਾ ਹੀ

ਹੋਇਆ ਸੀ ਵਿਆਹ ਹੋਏ ਨੂੰ। ਮੁੰਡੇ ਵਾਲਿਆਂ ਨੇ ਜੋ-ਜੋ ਮੰਗਿਆ ਸੀ ਪਰਿਵਾਰ ਨੇ ਵਿਆਹ ਵੇਲੇ ਸਭ ਕੁਝ ਦੇ ਦਿੱਤਾ ਸੀ ਪਰ ਫਿਰ ਵੀ ਉਹਨਾਂ ਦਾ ਢਿੱਡ ਨਾ ਭਰਿਆ। ਮੈਂ ਇਹ ਵੀ ਸੁਣਿਆ ਹੈ ਕਿ ਵਿਆਹ ਤੋਂ ਬਾਦ ਉਹ ਕੁੜੀ ਨੂੰ ਕੁੱਟ ਦੇ ਵੀ ਸੀ ਕਿ ਸਾਨੂੰ ਹੋਰ ਦਾਜ ਲੈ ਕੇ ਦੇ। ਪਰਿਵਾਰ ਤਕੜਾ ਹੋਣ ਕਰਕੇ ਪੁਲਿਸ ਨੇ ਵੀ ਕੁਝ ਨੀ ਕੀਤਾ।ਸਾਰਾ ਮਾਮਲਾ ਐਵੇਂ ਹੀ ਰਫੂ-ਚੱਕਰ ਕਰਤਾ ਜਿਵੇਂ ਕੁਝ ਹੋਇਆ ਹੀ ਨਾ ਹੋਵੇ।

ਮੈਂ ਜਦੋਂ ਵੀ ਵਿਆਹ ਬਾਰੇ ਸੋਚਦੀ ਹਾਂ, ਮੈਨੂੰ ਆਹੀ ਗੱਲ ਚੇਤੇ ਆ ਜਾਂਦੀ ਤੇ ਡਰ ਲਗਦਾ ਕਿਤੇ ਮੇਰੇ ਨਾਲ ਵੀ ਐਦਾਂ ਦਾ ਨਾ ਕੁਝ ਹੋ ਜੇ। ਕੁਝ ਕੁ ਦਿਨਾਂ ਬਾਦ ਮੇਰਾ ਵਿਆਹ ਹੋ ਗਿਆ ਤੇ ਫਿਰ ਇਹੀ ਡਰ ਕਰਕੇ ਮੈਂ ਅੰਦਰੋਂ-ਅੰਦਰੀ ਘਬਰਾ ਰਹੀ ਸੀ ਕਿ ਇਹ ਮੈਨੂੰ ਵੀ ਦਾਜ ਪਿੱਛੇ ਮਾਰ ਦੇਣਗੇ। ਮੈਨੂੰ ਪਤਾ ਸੀ ਕਿ ਮੇਰਾ ਬਾਪੂ ਐਨੇ ਜੋਗਾ ਨੀ ਹੈਗਾ ਕਿ ਸਾਇਕਲ ਤੋਂ ਇਲਾਵਾ ਕੋਈ ਹੋਰ ਸਮਾਨ ਦਾਜ 'ਚ ਦੇ ਸਕੇ।

ਪਹਿਲੇ ਕਈ ਦਿਨ ਤਾਂ ਮੈਂ ਬੜੇ ਡਰ 'ਚ ਕੱਢੇ। ਜਿਵੇਂ-ਜਿਵੇਂ ਦਿਨ ਬੀਤਦੇ ਗਏ ਮੇਰਾ ਡਰ ਵੀ ਘੱਟਦਾ ਗਿਆ ਕਿਉਂਕਿ ਮੇਰੇ ਸਹੁਰਿਆਂ ਨੇ ਦਾਜ ਲਈ ਮੈਨੂੰ ਭੋਰਾ ਵੀ ਤੰਗ ਨਾ ਕੀਤਾ। ਸਗੋਂ ਸਹੁਰੇ ਘਰ ਮੈਨੂੰ ਓਦਾਂ ਹੀ ਪਿਆਰ ਮਿਲਦਾ ਸੀ ਜਿਵੇਂ ਮੈਨੂੰ ਮੇਰੇ ਪੇਕੇ ਘਰ ਮਿਲਦਾ ਸੀ। ਜ਼ਿੰਦਗੀ ਬੜੀ ਵੱਧਿਆ ਲੰਘ ਰਹੀ ਸੀ, ਮੇਰੇ ਦੋਵੇਂ ਬੱਚੇ ਸਕੂਲ ਜਾਣ ਲੱਗ ਪਏ ਸੀ।

ਹੁਣ ਅਸੀਂ ਮੇਰੇ ਦਿਓਰ ਲਈ ਕੁੜੀ ਲੱਭ ਰਹੇ ਸੀ। ਕੁਝ ਕੁ ਰਿਸ਼ਤੇ ਵੇਖਣ ਤੋਂ ਬਾਦ ਸਾਨੂੰ ਇੱਕ ਰਿਸ਼ਤਾ ਬੜਾ ਜਚਿਆ। ਕੁੜੀ ਆਗਾਣ ਵਾੜੀ ਸਕੂਲ ਵਿੱਚ ਪੜ੍ਹਾਉਂਦੀ ਸੀ। ਰਿਸ਼ਤਾ ਪੱਕਾ ਹੋ ਗਿਆ ਤੇ ਚੜਦੇ ਮੱਘਰ ਨੂੰ ਅਸੀਂ ਵਿਆਹ ਧਰ ਦਿੱਤਾ। ਸਾਰਿਆਂ ਨੂੰ ਬੜਾ ਚਾਅ ਸੀ। ਜਿਵੇਂ - ਜਿਵੇਂ ਵਿਆਹ ਨੇੜੇ ਆਉਂਦਾ ਗਿਆ ਓਵੇਂ-ਓਵੇਂ ਹੀ ਪੰਜਾਬ 'ਚ ਅੱਤਵਾਦੀਆਂ ਦਾ ਰੌਲਾ ਵੱਧਦਾ ਗਿਆ। ਕੱਲ ਨੂੰ ਵਿਆਹ

ਸੀ ਤੇ ਕੋਈ ਵੀ ਬਰਾਤ ਨਾਲ ਜਾਣ ਲਈ ਤਿਆਰ ਹੀ ਨੀ ਸੀ। ਸਾਰੇ ਹੀ ਬਰਾਤ ਜਾਣ ਤੋਂ ਡਰਦੇ ਸੀ ਕਿਉਂਕਿ ਅੱਤਵਾਦੀ ਸਾਰੀ ਬਰਾਤ ਨੂੰ ਐਵੇਂ ਈ ਕਿਸੇ ਦੇ ਪੱਠੇ ਵੱਢਣ ਲਾ ਦਿੰਦੇ ਜਾਂ ਫਿਰ ਛੱਪੜ ਸਾਫ ਕਰਨ ਲਾ ਦਿੰਦੇ। ਅੱਤਵਾਦੀਆਂ ਨੇ ਅਵਾਜ਼ ਦਵਾਈ ਸੀ ਕਿ ਬਰਾਤ ਗਿਆਰਾਂ ਬੰਦਿਆਂ ਤੋਂ ਵੱਧ ਨਹੀਂ ਹੋਣੀ ਚਾਹੀਦੀ। ਅਸੀਂ ਸਾਰੇ ਉਲਝੇ ਫਿਰੇ ਕਿ ਕੈਣ ਜਾਵੇਗਾ ਤੇ ਕੈਣ ਘਰੇ ਰਵੇਗਾ। ਆਖਰ ਅਸੀਂ ਕੀ ਕੀਤਾ ਕਿ ਗਿਆਰਾਂ ਨੂੰ ਸਵੇਰੇ ਭੇਜ ਦਿੱਤਾ ਕੇ ਉਨ੍ਹਾਂ ਨੂੰ ਖਾਣਾ ਖਾਣ ਤੋਂ ਬਾਦ ਵਾਪਸ ਲੈ ਆਉਂਦਾ ਤੇ ਫਿਰ ਅਗਲੇ ਗਿਆਰਾਂ ਚਲੇ ਗਏ। ਐਵੇਂ ਹੀ ਅਸੀਂ ਸਾਰਾ ਵਿਆਹ ਭੁਗਤਾਇਆ। ਘਰ ਵਿੱਚ ਨਵਾਂ ਜੀ ਆਣ ਕਰਕੇ ਸਾਰੇ ਬੜੇ ਖੁਸ਼ ਸੀ। ਸਾਡੇ ਦੋਹਾਂ ਦੀ ਆਪਸ 'ਚ ਬੜੀ ਬਣਦੀ ਸੀ। ਅਸੀਂ ਇਕੱਠਿਆਂ ਗੁਰੂ ਘਰ ਜਾਇਆ ਕਰਦੀਆਂ। ਜੇ ਕਦੇ ਮੈਂ ਕਿਸੇ ਕੰਮ ਲਗੀ ਹੋਵਾਂ ਤਾਂ ਮੇਰੇ ਬੱਚਿਆਂ ਦੇ ਕੇਸ ਵੀ ਕੰਘੀ ਕਰ ਦਿੰਦੀ ਸੀ। ਚੰਗੀ ਪੜ੍ਹੀ ਲਿਖੀ ਹੋਣ ਕਰਕੇ ਉਹ ਮੇਰੇ ਬੱਚਿਆਂ ਨੂੰ ਪੜ੍ਹਾਇਆ ਕਰਦੀ ਸੀ। ਸਾਡੇ ਦੋਹਾਂ ਵਿੱਚ ਬੜਾ ਪਿਆਰ ਸੀ। ਪਰ ਪਤਾ ਨੀ ਕਿਉਂ ਮੈਨੂੰ ਲਗਦਾ ਸੀ ਘਰ ਦੇ ਬਾਕੀ ਜੀਆਂ ਦਾ ਮੇਰੇ ਨਾਲ ਮੋਹ ਘੱਟ ਰਿਹਾ ਸੀ। ਇਹ ਹੁਣ ਮੇਰਾ ਵਹਿਮ ਹੀ ਸੀ ਜਾਂ ਸੱਚ ਸੀ ਇਹ ਮੈਨੂੰ ਸਮਝ ਨੀ ਆ ਰਿਹਾ ਸੀ। ਨਿੱਕੀ-ਨਿੱਕੀ ਗੱਲ ਤੇ ਮੇਰੀ ਸੱਸ ਦਾ ਮੈਨੂੰ ਝਿੜਕਣਾ ਤੇ ਮੇਰੇ ਨਾਲ ਲੜ ਪੈਣਾ ਮੈਨੂੰ ਵੱਢ ਖਾ ਰਿਹਾ ਸੀ। ਕਾਫੀ ਸਮੇਂ ਤੋਂ ਮੇਰੇ ਦਿਓਰ ਨੇ ਮੇਰੇ ਨਾਲ ਸਿੱਧੇ ਮੂੰਹ ਤੋਂ ਗੱਲ ਨੀ ਕੀਤੀ ਪਤਾ ਨੀ ਹੁਣ ਮੇਰੇ ਤੋਂ ਕੋਈ ਗਲਤੀ ਹੋਈ ਸੀ ਕਿ ਕੋਈ ਹੋਰ ਚੱਕਰ ਸੀ।

ਆਖਰ ਮੇਰੇ ਤੋਂ ਰਹਿ ਨਾ ਹੋਇਆ ਤੇ ਮੈਂ ਘਰ ਵਿੱਚ ਚਲ ਰਹੇ ਇਸ ਮਾਹੌਲ ਬਾਰੇ ਆਪਣੇ ਘਰ ਵਾਲੇ ਨੂੰ ਦੱਸ ਦਿੱਤਾ। ਪਰ ਪਤਾ ਨੀ ਕਿਉਂ ਉਹਨਾਂ ਮੇਰੀ ਗੱਲ ਨਾ ਗੌਲੀ ਤੇ ਅੱਗੋਂ ਕਿਹਾ, "ਐਵੇਂ ਨਾ ਪੁੱਠਾ-ਸਿੱਧਾ ਸੋਚ ਇਹ ਤੇਰਾ ਵਹਿਮ ਆ, ਭਲਾ ਐਦਾਂ ਦਾ ਵਤੀਰਾ ਤੇਰੇ ਨਾਲ ਕੋਈ

ਕਿਉਂ ਕਰੂ ਤੂੰ ਕਿਹੜਾ ਕਦੇ ਕਿਸੇ ਨਾਲ ਮਾੜਾ ਕੀਤਾ। ਐਨੇ ਸਾਲ ਹੋ ਗਏ ਤੈਨੂੰ ਇਸ ਘਰ ਤ ਭਲਾ ਤੈਨੂੰ ਹੁਣ ਚੇਤੇ ਆਇਆ ਇਹ ਸਭ। ਐਵੇਂ ਵਹਿਮ ਆ ਤੇਰਾ ਇਹ ਸਭ, ਜਿਆਦਾ ਨਾ ਸੋਚ।"

ਇਹਨਾਂ ਕਹਿ ਕੇ ਉਹ ਚਲੇ ਗਏ। ਫਿਰ ਮੈਂ ਸੋਚਿਆ ਕੀ ਪਤਾ ਮੇਰਾ ਭੁਲੇਖਾ ਹੀ ਹੋਵੇ। ਕਈ ਦਿਨ ਮੈਂ ਘਰ ਵਿੱਚ ਚਲ ਰਹੀ ਹਰ ਇੱਕ ਚੀਜ਼ ਤੇ ਬੜਾ ਗੌਰ ਕਰਿਆ ਕਰਦੀ। ਹੌਲੀ-ਹੌਲੀ ਮੈਨੂੰ ਸਮਝ ਲਗਿਆ ਕਿ ਜੋ ਮੈਨੂੰ ਲਗ ਰਿਹਾ ਸੀ ਉਹ ਸਭ ਇੱਕ ਭੁਲੇਖਾ ਏ। ਮੈਂ ਸੋਚਿਆ ਕਿ ਘਰ ਵਿੱਚ ਇੱਕ ਨਵਾਂ ਜੀ ਆਣ ਕਰਕੇ ਸਭ ਦਾ ਧਿਆਨ ਉਧਰ ਨੂੰ ਜ਼ਿਆਦਾ ਰਹਿੰਦਾ ਏ ਤਾਂ ਕਿ ਨਵੀਂ ਵਹੁਟੀ ਸਾਰਿਆਂ ਦੇ ਵਿੱਚ ਰਚ-ਮਿਚ ਜਾਵੇ, ਤੇ ਇਸੇ ਕਰਕੇ ਮੈਨੂੰ ਵਖਰਾ-ਵਖਰਾ ਮਹਿਸੂਸ ਹੁੰਦਾ ਸੀ।

ਅਗਲੇ ਦਿਨ ਹੀ ਅੰਮ੍ਰਿਤ ਵੇਲੇ ਮੈਂ ਇੱਕ ਕੌਲੀ 'ਚ ਆਟਾ ਲੈ ਕੇ ਗੁਰੂ ਘਰ ਨੂੰ ਚਲੀ ਗਈ ਇਹ ਅਰਦਾਸ ਕਰਨ ਕਿ ਜੋ ਮੈਨੂੰ ਲਗਿਆ ਉਹ ਸਭ ਵਹਿਮ ਹੋਵੇ ਤੇ ਘਰ ਵਾਲਿਆਂ ਦਾ ਮੇਰੇ ਨਾਲ ਵਤੀਰਾ ਸਹੀ ਰਵੇ। ਵਾਪਸੀ ਤੇ ਘਰ ਆਉਂਦੇ ਹੋਏ ਮੈਨੂੰ ਐਵੇਂ ਲਗ ਰਿਹਾ ਸੀ ਜਿਵੇਂ ਮੇਰੀ ਚਿੰਤਾ ਪਿਛਾਂਹ ਹੀ ਰਹਿ ਗਈ ਹੋਵੇ। ਘਰ ਪਹੁੰਚੀ ਤਾਂ ਵੇਖਿਆਂ ਸਾਡੇ ਸਟੋਰ ਆਲੇ ਕਮਰੇ ਦਾ ਬੂਹਾ ਖੁੱਲ੍ਹਾ ਹੋਇਆ ਸੀ। ਅਸੀਂ ਇਹਨੂੰ ਅਕਸਰ ਬੰਦ ਹੀ ਰੱਖਦੇ ਹਾਂ।ਮੈਂ ਜਾਣ ਲੱਗਿਆਂ ਰੇਜ਼ਕਾ ਪਾ ਕੇ ਤੰਦੂੰਰੀ ਸਟੋਰ 'ਚ ਰੱਖ ਦਿੱਤੀ ਸੀ ਕਿ ਵਾਪਸ ਆ ਕੇ ਘਿਓ ਕੱਢ ਲਵਾਂਗੀ। ਬੂਹਾ ਖੁੱਲ੍ਹਾ ਵੇਖ ਮੈਨੂੰ ਭਾਜੜਾਂ ਪੈ ਗਈਆਂ ਕਿ ਕਿਤੇ ਬਿੱਲੀ ਤਾਂ ਨੀ ਅੰਤਰ ਨੂੰ ਚਲੀ ਗਈ। ਸਟੋਰ ਦੇ

ਲਾਗੇ ਪਹੁੰਚੀ ਤਾਂ ਬਾਰੀ ਚੋਂ ਵੇਖਿਆਂ ਮੇਰਾ ਸਾਰਾ ਪਰਿਵਾਰ ਕੋਈ ਗੱਲ ਕਰੀ ਜਾਂਦਾ ਸੀ। "ਜੀਤੇ ਤੂੰ ਉਹਨੂੰ ਕੁਝ ਨਾ ਕਵੀਂ..." ਮੈਂ ਆਵਦੀ ਸੱਸ ਦੀ ਐਨੀ ਕੁ ਗੱਲ ਸੁਣੀ ਤੇ ਉਥੇ ਹੀ ਰੁਕ ਗਈ ਤੇ ਅੰਦਰ ਨਾ ਗਈ। ਸੱਸ ਦਾ ਕਹਿਣਾ ਸੀ, "ਜੀਤੇ ਤੂੰ ਉਹਨੂੰ ਕੁਝ ਨਾ ਕਵੀਂ, ਇਹਨੇ ਆਪੇ ਹੀ ਤੰਗ ਆ ਕੇ ਭੱਜ ਜਾਣਾ।"

ਨਵੀਂ ਵਹੁਟੀ - "ਮੰਮੀ ਆਪਣੇ ਕੋਲ ਜ਼ਿਆਦਾ ਸਮਾ ਨੀ ਹੈਗਾ, ਮੇਰਾ ਬਾਪੂ ਕਹਿੰਦਾ ਸੀ ਕਿ ਜਦੋਂ ਤੇਰਾ ਵਿਆਹ ਹੋ ਗਿਆ ਤਾਂ ਤੇਰੀ ਨਿੱਕੀ ਭੈਣ ਦਾ ਵੀ ਤੇਰੇ ਮਗਰ ਹੀ ਕਰ ਦੇਣਾ।"

ਸੱਸ - "ਫਿਰ ਹੁਣ ਕੀ ਕਰੀਏ?"

ਦਿਓਰ - "ਮੈਂ ਕਹਿਨਾਂ ਆਪਾਂ ਵੀ ਭਾਬੀ ਨਾਲ ਹਰਦੀਪ ਹੋਰਾਂ ਆਲੀ ਕਰੀਏ।"

ਜੀਤਾ - "ਨਹੀਂ ਮੈਨੂੰ ਲਗਦਾ ਆਪਣਾ ਕੰਮ ਐਵੇਂ ਹੀ ਸਰ ਜਾਣਾ। ਵਾਹਵਾ ਦਿਨ ਹੋ ਗਏ ਮੈਨੂੰ ਭਾਗੋ ਕਹਿੰਦੀ ਸੀ ਕਿ ਘਰ 'ਚ ਸਾਰੇ ਹੀ ਉਹਦੇ ਨਾਲ ਚੰਗਾ ਵਤੀਰਾ ਨਹੀਂ ਕਰ ਰਹੇ। ਇਸੇ ਕਰਕੇ ਮੈਨੂੰ ਲੱਗ ਰਿਹਾ ਕਿ ਉਹਨੇ ਤੰਗ ਆ ਕੇ ਆਪੇ ਘਰ ਛੱਡ ਜਾਣਾ।"

ਸੱਸ - "ਬਸ ਫਿਰ ਤਾਂ ਠੀਕ ਆ।"

ਨਵੀਂ ਵਹੁਟੀ - "ਠੀਕ ਤਾਂ ਹੈ ਪਰ ਆਪਾਂ ਨਿਆਣਿਆਂ ਦਾ ਕੀ ਕਰਾਂਗੇ?"

ਜੀਤਾ - "ਨਿਆਣਿਆਂ ਦੀ ਫਿਕਰ ਨਾ ਕਰੋ ਉਹਨਾਂ ਵੀ ਆਵਦੀ ਮਾਂ ਨਾਲ ਹੀ ਰਹਿਣਾ ਏ ਤੇ ਭਾਗੋ ਨੇ ਵੀ ਉਹਨਾਂ ਨੂੰ ਇਥੇ ਨੀ ਛੱਡਣਾ।"

ਸੱਸ - "ਬਸ ਫਿਰ ਆਪਣੇ ਅਗਲੇ ਵਿਆਹ ਦੀ ਤਿਆਰੀ ਕਰ ਹੁਣ।"

ਇਹ ਕਹਿੰਦਿਆਂ ਹੀ ਸਾਰੇ ਹੱਸਣ ਲੱਗ ਪਏ। ਐਨੇ 'ਚ ਹੀ ਮੇਰੇ ਪੁੱਤਰ ਨੇ ਪਿੱਛੋਂ ਮੇਰੀ ਚੁੰਨੀ ਦਾ ਪੱਲਾ ਖਿੱਚਿਆ ਤੇ ਕਹਿੰਦਾ, "ਮੰਮੀ ਭੁੱਖ ਲੱਗੀ ਏ"। ਮੇਰਾ ਜੀ ਕਰਦਾ ਸੀ ਭੁੱਬਾਂ ਮਾਰ-ਮਾਰ ਰੋਵਾਂ ਪਰ ਆਵਦਾ ਮਨ ਜਾ ਬੰਨ੍ਹ ਕੇ ਮੈਂ ਰਸੋਈ ਵੱਲ ਨੂੰ ਤੁਰ ਪਈ।

ਇੱਕ ਦਿਨ ਬੈਠੀ ਨੇ ਮੈਂ ਸੋਚਿਆ ਕਿ ਮੈਂ ਕਿਹੜਾ ਕਮਜ਼ੋਰ ਆਂ, ਮੈਂ ਸਾਰੇ ਟੱਬਰ ਦਾ ਜਿਉਣਾ ਔਖਾ ਕਰ ਦੇਣਾ, ਚੱਜ ਤਰਾਂ ਜਿਉਣ ਨੀ

ਦੇਣਾ ਇਹਨਾਂ ਨੂੰ। ਏਨੇ 'ਚ ਹੀ ਜੀਤਾ ਆ ਗਿਆ ਤੇ ਕਹਿੰਦਾ, "ਤੇਰੇ ਪੇਕੇ ਘਰੋਂ ਖ਼ਬਰ ਆਈ ਆ।"

ਕੀ?

ਢਿੱਲੀ ਜਿਹੀ ਅਵਾਜ਼ ਨਾਲ ਬੋਲਿਆ "ਤੇਰਾ ਬਾਪੂ ਪੂਰਾ ਹੋ ਗਿਆ।"

ਮੈਂ ਬੈੱਡ ਤੇ ਬਹਿ ਕੇ ਬੜਾ ਉੱਚੀ-ਉੱਚੀ ਰੋਈ।

ਜੀਤਾ : ਚਲ ਉੱਠ ਤੇਰੇ ਪੇਕੇ ਘਰ ਨੂੰ ਚਲੀਏ, ਜੋ ਹੋਣਾ ਸੀ ਉਹ ਤਾਂ ਹੋ ਗਿਆ ਹੁਣ ਜਾਣ ਵਾਲੇ ਨੂੰ ਕੋਈ ਰੋਕ ਸਕਦਾ ਭਲਾ।

ਘਰ ਪਹੁੰਚ ਕੇ ਮੈਂ ਆਵਦੀ ਬੇਬੇ ਨੂੰ ਸੰਭਾਲਿਆ। ਅਗਲੀ ਸਵੇਰ ਨੂੰ ਜੀਤਾ ਚਲਾ ਗਿਆ ਤੇ ਮੈਂ ਦੋ ਚਾਰ ਦਿਨਾਂ ਲਈ ਬੇਬੇ ਕੋਲ ਹੀ ਰੁਕ ਗਈ। ਗਲਾਂ ਕਰਕੇ-ਕਰਦੇ ਇੱਕ ਦਿਨ ਮੇਰੀ ਬੇਬੇ ਨੇ ਦੱਸਿਆ ਕਿ ਤੈਨੂੰ ਪਤਾ ਲਗੇ ਬਿਨਾ ਤੇਰੇ ਬਾਪੂ ਨੇ ਤੇਰੇ ਸਹੁਰਿਆਂ ਦਿਆਂ ਬਹੁਤ ਮੰਗਾਂ ਪੂਰੀਆਂ ਕੀਤਿਆਂ ਸੀ। ਸੁਣਦਿਆਂ ਹੀ ਮੇਰਾ ਦਿਲ ਕੰਬ ਗਿਆ, ਮੇਰੀ ਤਾਂ ਜਿਵੇਂ ਦੁਨੀਆ ਹੀ ਉਥਲ-ਪੁਥਲ ਹੋ ਗਈ ਹੋਵੇ। ਕੁਝ ਕੁ ਦਿਨਾਂ ਨੂੰ ਮੈਂ ਸਹੁਰੇ ਘਰ ਚਲੀ ਗਈ ਤੇ ਉਸੇ ਦਿਨ ਤੋਂ ਮੈਂ ਸਾਰੇ ਪਰਿਵਾਰ ਨਾਲ ਗਲਤ ਵਤੀਰਾ ਕਰਨਾ ਸ਼ੁਰੂ ਕਰ ਦਿੱਤਾ। ਹਰ ਗੱਲ ਦਾ ਪੁੱਠੇ ਤਰੀਕੇ ਨਾਲ ਜਵਾਬ ਦਿਆ ਕਰਦੀ, ਸਾਰਿਆਂ ਨਾਲ ਉੱਚੀ ਅਵਾਜ਼ 'ਚ ਬੋਲਣਾ ਮੇਰੇ ਲਈ ਆਮ ਹੋ ਗਿਆ ਸੀ। ਬੜੇ ਦਿਨ ਐਵੇਂ ਹੀ ਚਲਦਾ ਰਿਹਾ ਤੇ ਹੈਰਾਨੀ ਦੀ ਗੱਲ ਇਹ ਸੀ ਕਿ ਮੈਨੂੰ ਕਿਸੇ ਨੇ ਕੁਝ ਨੀ ਕਿਹਾ।

ਅਚਾਨਕ ਇੱਕ ਦਿਨ ਦੁਪਹਿਰ ਵੇਲੇ ਮੇਰੀ ਬੇਬੇ ਆ ਗਈ ਤੇ ਅਸੀਂ ਗੱਲਾ ਕਰਨ ਲੱਗ ਪਏ ਤੇ ਬੇਬੇ ਮੈਨੂੰ ਸਮਝਾਉਂਦੀ ਹੋਈ ਕਹਿੰਦੀ ,"ਧੀਏ ਐਵੇਂ ਨਾ ਕਰ, ਕਾਹਤੋਂ ਆਵਦੇ ਮਰੇ ਪਿਉ ਦੀ ਪੱਗ ਰੋਲਦੀ ਏਂ। ਤੇਰਾ ਬਾਪੂ ਆਹੀ ਚਾਹੁੰਦਾ ਸੀ ਕਿ ਉਹਦੀ ਧੀ ਹਮੇਸ਼ਾ ਖੁਸ਼ ਰਵੇ। ਇਸੇ ਕਰਕੇ ਉਹਨੇ ਆਵਦੀ ਬਿਮਾਰੀ ਦਾ ਇਲਾਜ ਕਰਵਾਉਣ ਦੀ ਥਾਂ

ਤੇਰੇ ਸਹੁਰਿਆਂ ਦਿਆਂ ਮੰਗਾਂ ਪੂਰੀਆਂ ਕਰਨਾ ਜ਼ਰੂਰੀ ਸਮਝਿਆ ਤਾਂ ਕੀ ਤੂੰ ਖ਼ੁਸ਼ ਰਹਿ ਸਕੇਂ। ਪਤਾ ਨੀ ਕਿਵੇਂ ਪੈਸੇ ਇਕੱਠਾ ਕਰਦਾ ਰਿਹਾ ਉਹ। ਉਹਨੇ ਐਨਾ ਕੁਝ ਕੀਤਾ ਤੇਰੇ ਲਈ ਤੇ ਹੁਣ ਇਸ ਤਰ੍ਹਾਂ ਦਿਆਂ ਹਰਕਤਾਂ ਕਰਕੇ ਉਹਦੇ ਅਰਮਾਨਾਂ ਤੇ ਪਾਣੀ ਫੇਰੀ ਜਾਨੀ ਐਂ। ਜੇ ਤੂੰ ਉਹਨੂੰ ਜਿਉਂਦੇ ਜੀ ਨੀ ਖ਼ੁਸ਼ੀ ਦੇ ਸੱਕੀ, ਹੁਣ ਮਰੇ ਨੂੰ ਤਾਂ ਦੇ ਦੇ। ਤੇਰੇ ਬਾਪੂ ਦੀ ਖ਼ੁਸ਼ੀ ਇਹਦੇ ਵਿੱਚ ਸੀ ਕਿ ਤੂੰ ਹਮੇਸ਼ਾ ਖ਼ੁਸ਼ੀ ਵਸੇ ਤੇ ਆਪਣੇ ਪਰਿਵਾਰ ਨੂੰ ਵੀ ਖ਼ੁਸ਼ ਰੱਖੇਂ।"

ਬੱਸ ਆਹੀ ਸੁਣ ਕੇ ਮੈਂ ਚੁੱਪ ਹੋ ਗਈ ਤੇ ਅੱਜ ਤੱਕ ਚੁੱਪ ਹਾਂ। ਸਮਾਂ ਬੀਤ ਗਿਆ ਤੇ ਉਸ ਕੁੜੀ ਦਾ ਵਿਆਹ ਕਿਤੇ ਹੋਰ ਹੋ ਗਿਆ।

ਮਾਂ ਦੀ ਮਮਤਾ

ਗੱਲ ਨਾ ਥੋੜੀ ਜੀ ਪੁਰਾਣੀ ਏ। ਮੈਂ ਇੱਕ ਦਿਨ ਸ਼ਹਿਰ ਜਾ ਰਿਹਾ ਸੀ ਤੇ ਲਾਲ ਬੱਤੀ ਹੋਣ ਕਰਕੇ ਮੈਂ ਉਥੇ ਖੜ੍ਹ ਗਿਆ। ਐਨੇ ਵਿੱਚ ਹੀ ਇੱਕ ਔਰਤ ਲਿੱਬੜੀ ਹੋਈ, ਪਾਟੇ ਕੱਪੜਿਆਂ ਨਾਲ ਕੁੱਛੜ ਜਵਾਕ ਚੁੱਕੀ ਮੇਰੇ ਵੱਲ ਆਉਣ ਲਈ ਤੁਰ ਪਈ। ਮੈਨੂੰ ਸੀ ਇਹ ਪੈਸੇ ਮੰਗਣ ਆਉਂਦੀ ਪਈ ਹੈ ਤੇ ਇਹ ਸੋਚ ਕੇ ਮੈਂ ਗੱਡੀ ਦਾ ਸ਼ੀਸ਼ਾ ਉੱਤੇ ਨੂੰ ਕਰ ਲਿਆ। ਜਿਵੇਂ ਹੀ ਉਹ ਨੇੜੇ ਆਈ, ਆਉਂਦਿਆਂ ਸਾਰ ਹੀ ਉਹਨੇ ਸ਼ੀਸ਼ਾ ਖੜਕਾਉਣਾ ਸ਼ੁਰੂ ਕਰ ਦਿੱਤਾ। ਲਗਾਤਾਰ ਖੜਾਕ ਤੋਂ ਮੈਨੂੰ ਖਿੱਝ ਚੜ੍ਹ ਗਈ।

ਮੈਂ ਗੁੱਸੇ 'ਚ ਸ਼ੀਸ਼ਾ ਹੇਠਾਂ ਕਰਦਿਆਂ ਸਾਰ ਹੀ ਉਹਨੂੰ ਗਾਲ ਕੱਢਦੇ ਹੋਏ ਕਿਹਾ, "ਅੱਗੇ ਜਾ ਕੇ ਮੰਗ ਕਾਹਤੋਂ ਮੇਰੀ ਜਾਨ ਖਾਦੀ ਉ।" ਕੁੱਛੜ ਜਵਾਕ ਚੁੱਕੀ ਉਹਨੇ ਵਿਲਕਦੀ ਹੋਈ ਨੇ ਹੱਥ ਜੋੜੇ ਤੇ ਕਿਹਾ, "ਸਰਦਾਰ ਜੀ ਮੈਂ ਦੋ ਦਿਨਾਂ ਤੋਂ ਕੁੱਝ ਨੀ ਖਾਦਾ ਤੇ ਇਸ ਕਰਕੇ ਮੈਨੂੰ ਦੁੱਧ ਨੀ ਆ ਰਿਹਾ ਤੇ ਮੇਰਾ ਬੱਚਾ ਭੁੱਖ ਨਾਲ ਤੜਫੀ ਜਾ ਰਿਹਾ ਹੈ, ਜੇ ਤੁਸੀ ਮੈਨੂੰ ਕੁੱਝ ਖਾਣ ਨੂੰ ਦੇ ਦੇਵੋਗੇ ਤਾਂ ਤੁਹਾਡੀ ਬੜੀ ਮਿਹਰਬਾਨੀ ਹੋਵੇਗੀ।"

ਉਹਦੀ ਇਹ ਗੱਲ ਨੇ ਮੈਨੂੰ ਹਲੂਣ ਕੇ ਰੱਖ ਦਿੱਤਾ। ਮੈਨੂੰ ਹੈਰਾਨੀ ਇਸ ਗੱਲ ਦੀ ਸੀ ਕਿ ਉਹਨੇ ਮੇਰੇ ਤੋਂ ਪੈਸੇ ਨੀ ਸਗੋਂ ਉਹਨੇ ਤਾਂ ਆਵਦੇ ਬੱਚੇ ਦਾ ਢਿੱਡ ਭਰਨ ਵਾਸਤੇ ਕੁੱਝ ਮੰਗਿਆ ਕਿ ਉਹ ਉਹਨੂੰ

ਦੁੱਧ ਪਿਆ ਸਕੇ। ਐਨੇ ਵਿੱਚ ਹੀ ਬੱਤੀ ਹਰੀ ਹੋ ਗਈ ਤੇ ਮੈਂ ਗੱਡੀ ਨੂੰ ਤੋਰ ਕੇ ਥੋੜ੍ਹੀ ਅੱਗੇ ਕਰਕੇ ਪਾਸੇ ਨੂੰ ਲਾ ਲਿਆ। ਮੰਨ ਬੜਾ ਉਦਾਸ ਹੋਇਆ ਤੇ ਮੈਂ ਰੋਟੀ ਆਲੇ ਡੱਬੇ ਚੋਂ ਦੋ ਰੋਟੀਆਂ ਕੱਢ ਉਹਨੂੰ ਜਾ ਦਿੱਤਿਆਂ। ਰੋਟੀਆਂ ਲੈਂਦੇ ਹੀ ਉਹ ਖ਼ੁਸ਼ੀ-ਖ਼ੁਸ਼ੀ ਉਥੇ ਤੁਰ ਕੇ ਸੜਕ ਦੇ ਪਾਸੇ ਜਾ ਬੈਠੀ।

ਮੇਰਾ ਧਿਆਨ ਉਹਦੇ ਵੱਲ ਹੀ ਸੀ, ਮੈਂ ਦੇਖਿਆ ਉਹਨੇ ਇੱਕ ਰੋਟੀ ਕੋਲ ਬੈਠੀ ਇੱਕ ਕੁੱਤੀ ਜੋ ਆਪਣੇ ਬੱਚਿਆਂ ਨੂੰ ਦੁੱਧ ਪਿਆ ਰਹੀ ਸੀ ਉਹਨੂੰ ਪਾ ਦਿੱਤੀ। ਮੈਂ ਹੱਕਾ-ਬੱਕਾ ਰਹਿ ਗਿਆ ਤੇ ਉੱਤੇ ਰੱਬ ਵੱਲ ਨੂੰ ਵੇਖਿਆ ਤੇ ਹੱਥ ਘੁਮਾਉਂਦੇ ਉਹਨੂੰ ਯਾਦ ਕੀਤਾ। ਗੱਡੀ 'ਚ ਬੈਠਿਆ ਤੇ ਮੇਰਿਆਂ ਅੱਖਾਂ 'ਚ ਪਾਣੀ ਆ ਗਿਆ। ਐਨੇ ਨੂੰ ਮੇਰਾ ਫੋਨ ਖੜਕ ਪਿਆ ਤੇ ਫੋਨ ਸੁਣਦਾ-ਸੁਣਦਾ ਮੈਂ ਉਥੇ ਚਲਾ ਗਿਆ। ਰਾਹ 'ਚ ਜਾਂਦਿਆਂ ਵੀ ਮੈਂ ਸੋਚਦਾ ਰਿਹਾ ਕਿ "ਸੱਚੀ ਕਿਹਾ ਕਿਸੇ ਨੇ ਕਿ ਮਾਂ ਦਾ ਦਰਦ ਤਾਂ ਬੱਸ ਇੱਕ ਮਾਂ ਹੀ ਸਮਝ ਸਕਦੀ ਏ"। ਉਸ ਮਾਂ ਨੂੰ ਇਹ ਸੀ ਕਿ ਰੋਟੀ ਨਾ ਮਿਲਣ ਕਰਕੇ ਉਸ ਦੀ ਔਲਾਦ ਤਾਂ ਭੁੱਖੀ ਰਈ ਪਰ ਕਿਸੇ ਹੋਰ ਮਾਂ ਦਾ ਬੱਚਾ ਨਾ ਭੁੱਖਾ ਰਵੇ ਭਾਵੇਂ ਉਹ ਜਾਨਵਰ ਹੀ ਕਿਉਂ ਨਾ ਹੋਵੇ।

ਮਾਂ ਤਾਂ ਆਖਰ ਮਾਂ ਹੀ ਹੁੰਦੀ ਏ।

ਉਸ ਦਿਨ ਮੈਨੂੰ ਸਮਝ ਲੱਗ ਗਈ ਕਿ ਮਾਂ ਦਾ ਦਰਜਾ ਰੱਬ ਨਾਲੋਂ ਵੀ ਉੱਚਾ ਕਿਉਂ ਮੰਨਿਆ ਜਾਂਦਾ ਹੈ।

ਅਮੀਰ ਦਿਲ

ਸੜਕ ਦੇ ਪਾਸੇ ਇੱਕ ਸੱਤ-ਅੱਠ ਸਾਲ ਦਾ ਬੱਚਾ ਇੱਕ ਪਲਾਸਟਿਕ ਦੇ ਡੱਬੇ ਵਿੱਚ ਵੇਖ-ਵੇਖ ਖ਼ੁਸ਼ ਹੋਈ ਜਾਂਦਾ ਸੀ। ਮੇਰੇ ਅੰਦਰ ਬੜੀ ਉਤਸੁਕਤਾ ਪੈਦਾ ਹੋਈ ਕਿ ਜਾਵਾਂ ਉਥੇ, ਭਲਾ ਵੇਖਾਂ ਤਾਂ ਸਹੀ ਕਿ ਇਹ ਨਿਆਣੇ ਨੂੰ ਐਸਾ ਕੀ ਵਿਖ ਗਿਆ ਜੋ ਇਕੱਲਾ ਹੀ ਹੱਸੀ ਜਾਂਦਾ ਹੈ। ਕੋਲੇ ਗਿਆ ਤਾਂ ਵੇਖਿਆ ਡੱਬੇ 'ਚ ਇੱਕ ਬਲੂੰਗੜਾ ਸੀ ਤੇ ਉਹ ਦੁੱਧ ਪੀ ਰਿਹਾ ਸੀ।

ਮੈਂ ਮੱਠਾ ਜਾ ਹੱਸਿਆ ਤੇ ਸੋਚਿਆ ਇਹਦੇ 'ਚ ਐਨਾ ਖ਼ੁਸ਼ ਹੋਣ ਵਾਲੀ ਕਿਹੜੀ ਗੱਲ ਆ? ਮੇਰੀ ਉਸ ਬੱਚੇ ਨਾਲ ਇਸ ਬਾਰੇ ਪੂਰੀ ਗੱਲ-ਬਾਤ ਹੋਈ ਤੇ ਮੈਂ ਉਹਦਿਆਂ ਮਸੂਮੀਅਤ ਨਾਲ ਭਰਿਆਂ ਟੁੱਟੀਆਂ -ਭੱਜੀਆਂ ਗੱਲਾਂ ਸੁਣ ਕੇ ਹੈਰਾਨ ਹੋ ਗਿਆ।

ਬੱਚੇ ਨੂੰ ਭਲਾ ਕੀ ਹੋਇਆ ਸੀ?

ਉਹਨੂੰ ਨਾ ਇੱਕ ਬਲੂੰਗੜਾ ਮਿਲਿਆ ਜਿਨੂੰ ਉਹ ਚੱਕ ਕੇ ਆਪਣੇ ਕੋਲ ਲੈ ਆਇਆ ਤੇ ਬਾਅਦ 'ਚ ਉਹਨੇ ਭੀਖ ਮੰਗ-ਮੰਗ ਕਿਸੇ ਤਰ੍ਹਾਂ ਪੈਸੇ ਇਕੱਠੇ ਕੀਤੇ ਤੇ ਵੀਹਾਂ ਦਾ ਦੁੱਧ ਲਿਆ, ਤੇ ਉਹਨੂੰ ਪਿਆ ਦਿੱਤਾ।

ਜਦੋਂ ਮੈਂ ਉਹਨੂੰ ਪੁੱਛਿਆ, "ਤੂੰ ਕੁਝ ਖਾਧਾ?"

ਉਹਦਾ ਜਵਾਬ ਆਇਆ, "ਹਾਂ! ਕੱਲ ਸਵੇਰੇ ਹੀ ਖਾਧਾ ਸੀ।"

ਮੈਂ ਕਿਹਾ, "ਤੈਨੂੰ ਭੁੱਖ ਨੀ ਲੱਗੀ?"

ਉਹ ਹੱਸ ਕੇ ਕਹਿੰਦਾ, "ਨਹੀਂ"

ਪਰ ਮੈਨੂੰ ਉਹਦੀਆਂ ਅੱਖਾਂ ਚੋਂ ਭੁੱਖ ਸਾਫ ਦਿੱਖ ਰਹੀ ਸੀ। ਮੈਂ ਕਿਹਾ, "ਭਲਾਂ ਤੂੰ ਜਿਹੜੇ ਪੈਸਿਆਂ ਦਾ ਦੁੱਧ ਬਲੂੰਗੜੇ ਨੂੰ ਪਿਆਇਆ ਉਹ ਆਪ ਪੀ ਲੈਂਦਾ, ਪਹਿਲਾਂ ਆਵਦਾ ਢਿੱਡ ਤਾਂ ਭਰ ਲੈਂਦਾ।"

ਉਹਦਾ ਕਹਿਣਾ ਸੀ, "ਮੈਂ ਤਾਂ ਹੋਰ ਪੈਸੇ ਮੰਗ ਕੇ ਖਾ ਲੂੰਗਾ ਪਰ ਇਹਦੇ ਕੋਲੋਂ ਨੀ ਮੰਗਿਆ ਜਾਣਾ, ਇਹ ਤਾਂ ਮੇਰੇ ਤੋਂ ਵੀ ਛੋਟਾ ਏ।" ਇਹ ਕਹਿੰਦਿਆਂ ਉਸ ਬੱਚੇ ਦੇ ਚਿਹਰੇ ਤੇ ਕੋਈ ਰੌਣਕ ਸੀ, ਕੀ ਦੱਸਾਂ ਤੁਹਾਨੂੰ ਮੈਂ ਬਿਆਨ ਨੀ ਕਰ ਸਕਦਾ। ਮੈਂ ਉਹਨੂੰ ਜੱਫੀ ਪਾਉਣ ਲਈ ਮਜਬੂਰ ਹੋ ਗਿਆ। ਮੇਰੀ ਤਾਂ ਰੂਹ ਖੁਸ਼ ਹੋ ਗਈ ਇਸ ਬੱਚੇ ਨੂੰ ਮਿਲ ਕੇ।

ਮੈਂ ਹਮੇਸ਼ਾ ਜੇਬ ਤੋਂ ਅਮੀਰ ਇਨਸਾਨ ਦੇਖਿਆ ਪਰ ਆ ਦਿਲ ਤੋਂ ਅਮੀਰ ਇਨਸਾਨ ਪਹਿਲੀ ਵਾਰ ਦੇਖਿਆ। ਇਸ ਗ਼ਰੀਬੜੇ ਸਾਹਵੇਂ ਤਾਂ ਮਹਿਲਾਂ ਤਖ਼ਤਾਂ ਆਲੇ ਕੁਝ ਵੀ ਨੀ।

ਅਟੁੱਟ ਰਿਸ਼ਤਾ

ਤੁਰਕੀ ਦੇ ਇੱਕ ਸ਼ਹਿਰ ਕਾਹਰਾਮਨਮਾਰਸ ਵਿੱਚ ਆਏ ਵਿਨਾਸ਼ਕਾਰੀ ਭੁਚਾਲ ਤੋਂ ਬਾਅਦ, ਜ਼ਮੀਨ ਹਿੱਲ ਗਈ ਅਤੇ ਹਵਾ ਸੋਗ ਨਾਲ ਭਾਰੀ ਹੋ ਗਈ। ਹਫੜਾ-ਦਫੜੀ ਦੇ ਵਿਚਕਾਰ, ਇੱਕ ਦਿਲ ਦਹਿਲਾ ਦੇਣ ਵਾਲਾ ਦ੍ਰਿਸ਼ ਸਾਹਮਣੇ ਆਇਆ-ਮੇਸੁਤ ਹੈਂਸਰ ਦੀ ਦੁਖੀ ਸ਼ਖਸੀਅਤ, ਇੱਕ ਪਿਤਾ ਜੋ ਆਪਣੀ 15 ਸਾਲ ਦੀ ਧੀ, ਇਰਮਾਕ ਦੇ ਬੇਜਾਨ ਹੱਥ ਨਾਲ ਸਖ਼ਤੀ ਨਾਲ ਚਿੰਬੜਿਆ ਹੋਇਆ ਸੀ।

ਮੇਸੁਤ ਲੱਤਾਂ ਭਾਰ ਮਲਬੇ ਤੇ ਬੈਠਾ ਸੀ, ਉਸਦੀਆਂ ਅੱਖਾਂ ਹੰਝੂਆਂ ਨਾਲ ਭਰੀਆਂ ਹੋਈਆਂ ਸਨ ਜੋ ਵਹਿਣ ਤੋਂ ਇਨਕਾਰ ਕਰ ਰਹੀਆਂ ਸਨ। ਉਸਨੇ ਆਪਣੀ ਧੀ ਇਰਮਾਕ ਦਾ ਹੱਥ ਫੜ ਲਿਆ, ਉਹਨਾਂ ਦੁਆਰਾ ਸਾਂਝੇ ਕੀਤੇ ਕੀਮਤੀ ਸਬੰਧ ਨੂੰ ਛੱਡਣ ਲਈ ਤਿਆਰ ਨਹੀਂ ਸੀ। ਇਹ ਇਸ ਤਰ੍ਹਾਂ ਸੀ ਜਿਵੇਂ ਉਸਨੂੰ ਉਮੀਦ ਸੀ ਕਿ ਛੁਹਣ ਦੇ ਇਸ ਸਾਧਾਰਨ ਕਾਰਜ ਦੁਆਰਾ, ਉਹ ਕਿਸੇ ਤਰ੍ਹਾਂ ਆਪਣੀ ਪਿਆਰੀ ਧੀ ਵਿੱਚ ਜੀਵਨ ਦਾ ਸਾਹ ਪਾ ਦੇਵੇਗਾ। ਬਚਾਅ ਕਰਨ ਵਾਲੇ, ਬਚੇ ਹੋਏ ਲੋਕਾਂ ਦੀ ਅਣਥਕ ਖੋਜ ਤੋਂ ਥੱਕੇ ਹੋਏ, ਭਾਰੀ ਦਿਲਾਂ ਨਾਲ ਮੇਸੁਤ ਕੋਲ ਪਹੁੰਚੇ। ਉਹ ਉਸ ਦੇ ਦਰਦ ਦੀ ਡੂੰਘਾਈ ਨੂੰ ਸਮਝਦੇ ਸਨ, ਕਿਉਂਕਿ ਉਨ੍ਹਾਂ ਨੇ ਵੀ, ਉਨ੍ਹਾਂ ਦੇ ਸ਼ਹਿਰ ਦੇ ਤਬਾਹੀ ਅਤੇ ਨੁਕਸਾਨ ਨੂੰ ਦੇਖਿਆ ਸੀ। ਉਨ੍ਹਾਂ ਵਿੱਚੋਂ ਇੱਕ, ਅਲੀ, ਨੇ ਮੇਸੁਤ ਦੇ ਮੋਢੇ ਤੇ ਨਰਮੀ ਨਾਲ

ਇੱਕ ਹੱਥ ਰੱਖਿਆ, ਏਕਤਾ ਅਤੇ ਹਮਦਰਦੀ ਦਾ ਇੱਕ ਸ਼ਬਦ-ਰਹਿਤ ਸੰਕੇਤ ਪੇਸ਼ ਕੀਤਾ।

ਮਿਸਟਰ ਹੈਂਸਰ, ਅਲੀ ਨੇ ਹੌਲੀ ਜਿਹੀ ਆਵਾਜ਼ ਦਿੱਤੀ। ਉਸਦੀ ਆਵਾਜ਼ ਹਮਦਰਦੀ ਨਾਲ ਭਰ ਗਈ, "ਅਸੀਂ ਤੁਹਾਡੇ ਦਰਦ ਨੂੰ ਸਮਝਦੇ ਹਾਂ, ਅਤੇ ਅਸੀਂ ਤੁਹਾਡੀ ਹਰ ਤਰ੍ਹਾਂ ਨਾਲ ਮਦਦ ਕਰਨਾ ਚਾਹੁੰਦੇ ਹਾਂ। ਇਹ ਸਮਾਂ ਹੈ ਕਿ ਅਸੀਂ ਇਰਮਾਕ ਦੀ ਦੇਖ ਭਾਲ ਕਰੀਏ ਅਤੇ ਉਸ ਨੂੰ ਉਹ ਸਨਮਾਨ ਦੇਈਏ ਜਿਸਦੀ ਉਹ ਹੱਕਦਾਰ ਹੈ। ਅਸੀਂ ਉਸ ਨੂੰ ਪੂਰੀ ਸਾਵਧਾਨੀ ਨਾਲ ਸੰਭਾਲਣ ਦਾ ਵਾਅਦਾ ਕਰਦੇ ਹਾਂ।" ਮੇਸੁਤ, ਉਸਦੀਆਂ ਅੱਖਾਂ ਲਹੂ-ਲੁਹਾਣ ਅਤੇ ਦੁਖ ਨਾਲ ਭਰੀਆਂ ਹੋਈਆਂ, ਆਖਰਕਾਰ ਅਲੀ ਵੱਲ ਵੇਖਿਆ, ਉਸਦੀ ਆਵਾਜ਼ ਭਾਵਨਾਵਾਂ ਨਾਲ ਘੁੱਟ ਗਈ। "ਕਿਰਪਾ ਕਰਕੇ, ਅਲੀ," ਉਸਨੇ ਬੇਨਤੀ ਕੀਤੀ, ਉਸਦੀ ਆਵਾਜ਼ ਕੰਬਦੀ ਹੋਈ, "ਮੈਂ ਇਸ ਨੂੰ ਜਾਣ ਦੇਣਾ ਬਰਦਾਸ਼ਤ ਨਹੀਂ ਕਰ ਸਕਦਾ। ਉਹ ਮੇਰਾ ਸਭ ਕੁਝ ਸੀ, ਮੇਰੀ ਛੋਟੀ ਜੀ ਬੱਚੀ। ਮੈਂ ਉਸ ਨਾਲ ਵਾਅਦਾ ਕੀਤਾ ਸੀ ਕਿ ਮੈਂ ਹਮੇਸ਼ਾ ਉਸਦੀ ਰੱਖਿਆ ਕਰਾਂਗਾ, ਅਤੇ ਹੁਣ..."

ਅਲੀ ਨੇ ਮੇਸੁਤ ਦੇ ਕੋਲ ਗੋਡੇ ਟੇਕ ਦਿੱਤੇ, ਇੱਕ ਵਾਰ ਫਿਰ ਉਸਦੇ ਮੋਢੇ ਤੇ ਹੱਥ ਰੱਖ ਕੇ, ਲੰਬਾ ਤੇ ਟੁੱਟਦਾ-ਟੁੱਟਦਾ ਸਾਹ ਲਿਤਾ। ਇਰਮਾਕ ਹਮੇਸ਼ਾ ਤੁਹਾਡੇ ਦਿਲ ਵਿੱਚ ਤੁਹਾਡੇ ਨਾਲ ਰਹੇਗੀ, ਮਿਸਟਰ ਹੈਂਸਰ, ਅਲੀ ਨੇ ਉਸਨੂੰ ਹੌਲੀ-ਹੌਲੀ ਭਰੋਸਾ ਦਿਵਾਇਆ। ਅਸੀਂ ਉਸ ਨਾਲ ਬਹੁਤ ਆਦਰ ਅਤੇ ਸਨਮਾਨ ਨਾਲ ਪੇਸ਼ ਆਵਾਂਗੇ, ਪਰ ਇਹ ਸਮਾਂ ਆ ਗਿਆ ਹੈ ਕਿ ਅਸੀਂ ਇਸ ਅਕਲਪਿਤ ਨੁਕਸਾਨ ਵਿੱਚ ਤੁਹਾਨੂੰ ਦਿਲਾਸਾ ਦੇਣ ਵਿੱਚ ਮਦਦ ਕਰੀਏ।

ਜਿਉਂ ਹੀ ਹੋਰ ਬਚਾਅ ਕਰਨ ਵਾਲੇ ਅਲੀ ਨਾਲ ਸ਼ਾਮਲ ਹੋਏ, ਉਨ੍ਹਾਂ ਨੇ ਧਿਆਨ ਨਾਲ ਇਰਮਾਕ ਦੇ ਸਰੀਰ ਦੇ ਆਲੇ ਦੁਆਲੇ ਮਲਬਾ ਚੁੱਕਣਾ ਸ਼ੁਰੂ ਕਰ ਦਿੱਤਾ। ਉਨ੍ਹਾਂ ਦੇ ਹੱਥ ਸ਼ਰਧਾ ਨਾਲ ਕੰਮ

ਕਰਦੇ ਹਨ, ਪਲ-ਪਲ ਦੇ ਭਾਰ ਨੂੰ ਸਮਝਦੇ ਹਨ ਅਤੇ ਇੱਕ ਛੋਟੀ ਉਮਰ ਦੇ ਜੀਵਨ ਨੂੰ ਸਨਮਾਨਿਤ ਕਰਨ ਦੇ ਮਹੱਤਵ ਨੂੰ ਸਮਝਦੇ ਹਨ। ਮੇਸੁਤ ਨੇ ਉਨ੍ਹਾਂ ਨੂੰ ਦੇਖਿਆ, ਉਸ ਦਾ ਦਿਲ ਹਰ ਹਰਕਤ ਨਾਲ ਦੁਖੀ ਹੋ ਰਿਹਾ ਸੀ, ਫਿਰ ਵੀ ਹੌਲੀ-ਹੌਲੀ ਅਹਿਸਾਸ ਹੋਇਆ ਕਿ ਉਸ ਨੂੰ ਇਰਮਾਕ ਨੂੰ ਜਾਣ ਦੇਣ ਦੀ ਲੋੜ ਹੈ। ਇੱਕ ਡੂੰਘਾ ਸਾਹ ਲੈ ਕੇ, ਮੇਸੁਤ ਨੇ ਹੌਲੀ-ਹੌਲੀ ਇਰਮਾਕ ਨੂੰ ਕਿਹਾ, "ਮੇਰੀ ਸੁੰਦਰ ਧੀ, ਤੁਸੀਂ ਮੇਰੀ ਜ਼ਿੰਦਗੀ ਵਿੱਚ ਬਹੁਤ ਸਾਰੀਆਂ ਖੁਸ਼ੀਆਂ ਲੈ ਕੇ ਆਏ ਹੋ। ਮੈਂ ਤੁਹਾਡੇ ਹਾਸੇ, ਤੁਹਾਡੇ ਸੁਪਨਿਆਂ ਨੂੰ ਕਦੇ ਨਹੀਂ ਭੁੱਲਾਂਗਾ ਅਤੇ ਤੁਸੀਂ ਸਾਡੇ ਘਰ ਨੂੰ ਪਿਆਰ ਨਾਲ ਭਰਿਆ ਹੈ, ਮੈਂ ਤੁਹਾਨੂੰ ਬਹੁਤ ਪਿਆਰ ਕਰਦਾਂ, ਮੇਰੀ ਕੀਮਤੀ ਇਰਮਾਕ।"

ਮੇਸੁਤ ਦੇ ਚਿਹਰੇ ਤੋਂ ਹੰਝੂ ਵਹਿ ਤੁਰੇ ਜਦੋਂ ਉਸਨੇ ਝਿਜਕਦੇ ਹੋਏ ਇਰਮਾਕ ਦੇ ਹੱਥ ਤੇ ਆਪਣੀ ਪਕੜ ਛੱਡ ਦਿੱਤੀ। ਬਚਾਅ ਕਰਨ ਵਾਲਿਆਂ (ਉਨ੍ਹਾਂ ਦੀਆਂ ਅੱਖਾਂ ਹੰਝੂਆਂ ਨਾਲ ਭਰੀਆਂ ਹੋਈਆਂ ਸਨ) ਨੇ ਹੌਲੀ-ਹੌਲੀ ਉਸ ਦੇ ਬੇਜਾਨ ਸਰੀਰ ਨੂੰ ਮਲਬੇ ਵਿੱਚੋਂ ਚੁੱਕ ਲਿਆ ਅਤੇ ਉਸ ਨੂੰ ਇੱਕ ਸਾਫ਼ ਚਿੱਟੀ ਚਾਦਰ ਵਿੱਚ ਲਪੇਟਿਆ, ਜਿਵੇਂ ਕਿ ਉਹ ਇੱਕ ਨਾਜ਼ੁਕ ਖਜ਼ਾਨਾ ਹੋਵੇ। ਉਹ ਉਸਨੂੰ ਤਬਾਹੀ ਤੋਂ ਦੂਰ ਲੈ ਗਏ, ਮੇਸੁਤ ਨੂੰ ਇੱਕ ਖਾਲੀ ਪਨ ਦੇ ਨਾਲ ਛੱਡ ਦਿੱਤਾ ਜੋ ਉਸਨੇ ਕਦੇ ਸੋਚਿਆ ਵੀ ਨਹੀਂ ਸੀ। ਅਗਲੇ ਦਿਨਾਂ ਵਿੱਚ, ਕਾਹਰਾਮਨਮਾਰਸ ਸ਼ਹਿਰ ਨੇ ਮੇਸੁਤ ਦੇ ਆਲੇ ਦੁਆਲੇ ਰੈਲੀ ਕੀਤੀ, ਉਹਨਾਂ ਦੇ ਸਾਂਝੇ ਦੁੱਖ ਵਿੱਚ ਸਹਾਇਤਾ ਅਤੇ ਤਸੱਲੀ ਦੀ ਪੇਸ਼ਕਸ਼ ਕੀਤੀ। ਭਾਈਚਾਰਾ ਨਾ ਸਿਰਫ ਢਹਿ ਢੇਰੀ ਹੋ ਚੁੱਕੇ ਢਾਂਚੇ ਨੂੰ ਮੁੜ ਉਸਾਰਨ ਲਈ ਇੱਕ ਜੁੱਟ ਹੋਇਆ, ਸਗੋਂ ਭੁਚਾਲ ਕਾਰਨ ਟੁੱਟੇ ਦਿਲਾਂ ਨੂੰ ਵੀ ਮੁੜ ਉਸਾਰਿਆ। ਮੇਸੁਤ ਨੂੰ ਉਸਦੇ ਗੁਆਂਢੀਆਂ ਦੁਆਰਾ ਦਿਖਾਏ ਗਏ ਪਿਆਰ ਅਤੇ ਹਮਦਰਦੀ ਵਿੱਚ ਤਾਕਤ ਮਿਲੀ, ਹੌਲੀ-ਹੌਲੀ ਉਸਦੀ ਟੁੱਟੀ ਹੋਈ ਆਤਮਾ ਨੂੰ ਇਕੱਠਾ ਕੀਤਾ।

ਭੁਚਾਲ ਤੋਂ ਬਾਅਦ ਦੇ ਮਹੀਨਿਆਂ ਵਿੱਚ, ਜਿਵੇਂ ਕਿ ਕਾਹਰਾਮਨਮਾਰਸ ਨੇ ਇਲਾਜ ਦੀ ਆਪਣੀ ਯਾਤਰਾ ਸ਼ੁਰੂ ਕੀਤੀ, ਮੇਸ੍ਰਤ ਨੇ ਆਪਣੀ ਧੀ, ਇਰਮਾਕ ਨਾਲ ਸਾਂਝੇ ਕੀਤੇ ਪਲਾਂ ਦਾ ਸਨਮਾਨ ਕਰਨ ਵਿੱਚ ਤਸੱਲੀ ਪ੍ਰਾਪਤ ਕੀਤੀ। ਆਪਣੇ ਸ਼ਾਂਤ ਪਲਾਂ ਵਿੱਚ, ਉਹ ਇੱਕ ਓਕ ਦੇ ਰੁੱਖ ਦੀ ਛਾਂ ਹੇਠ ਇੱਕ ਸ਼ਾਂਤ ਸਥਾਨ ਤੇ ਜਾ ਬੈਠਦਾ, ਉਸ ਦੀਆਂ ਉਂਗਲਾਂ ਉੱਕਰੇ ਹੋਈ ਸ਼ਬਦਾਂ ਨੂੰ ਵਾਹੁੰਦਿਆਂ ਜੋ ਇਰਮਾਕ ਦੇ ਨਾਮ ਨੂੰ ਅਮਰ ਕਰ ਦਿੰਦੀਆਂ ਹਨ, ਆਪਣੇ ਪੁਰਾਣੇ ਸਮੇਂ ਦੀਆਂ ਕਹਾਣੀਆਂ ਇਕੱਠੀਆਂ ਸਾਂਝੀਆਂ ਕਰਦੀਆਂ ਹਨ ਅਤੇ ਹਵਾ ਵਿੱਚ ਪਿਆਰ ਦੇ ਸ਼ਬਦ ਬੋਲਦੀਆਂ ਹਨ। ਜਿਵੇਂ-ਜਿਵੇਂ ਸਮਾਂ ਬੀਤਦਾ ਗਿਆ, ਮੇਸ੍ਰਤ ਤੇ ਇਰਮਾਕ ਦੀਆਂ ਯਾਦਾਂ ਪ੍ਰੇਰਨਾ ਦਾ ਸੋਮਾ ਬਣ ਗਈਆਂ। ਉਸਨੇ ਆਪਣੇ ਦੁੱਖ ਨੂੰ ਪਿਆਰ ਅਤੇ ਦਿਆਲਤਾ ਦੇ ਕੰਮਾਂ ਵਿੱਚ ਬਦਲਣਾ ਸ਼ੁਰੂ ਕੀਤਾ, ਆਪਣੇ ਅਜ਼ੀਜ਼ਾਂ ਨਾਲ ਬਿਤਾਏ ਅਨਮੋਲ ਪਲਾਂ ਦੀ ਕਦਰ ਕਰਨ ਦੀ ਮਹੱਤਤਾ ਦਾ ਵਕੀਲ ਬਣ ਗਿਆ। ਉਸਨੇ ਸਥਾਨਕ ਸਕੂਲਾਂ ਵਿੱਚ ਵਾਲੰਟੀਅਰ ਕਰਨਾ ਸ਼ੁਰੂ ਕੀਤਾ, ਇਰਮਾਕ ਦੀ ਕਹਾਣੀ ਸਾਂਝੀ ਕੀਤੀ ਅਤੇ ਬੱਚਿਆਂ ਅਤੇ ਮਾਪਿਆਂ ਨੂੰ ਇੱਕ ਦੂਜੇ ਨਾਲ ਬਿਤਾਏ ਪਲਾਂ ਦੀ ਕਦਰ ਕਰਨ ਦੀ ਮਹੱਤਤਾ ਨੂੰ ਯਾਦ ਕਰਾਇਆ। ਉਸਨੇ ਪਿਆਰ, ਹਮਦਰਦੀ ਅਤੇ ਸਮਝ ਨੂੰ ਤਰਜੀਹ ਦੇਣ ਦੀ ਜ਼ਰੂਰਤ ਬਾਰੇ ਜੋਸ਼ ਨਾਲ ਗੱਲ ਕੀਤੀ, ਪਰਿਵਾਰਾਂ ਨੂੰ ਮਜ਼ਬੂਤ ਰਿਸ਼ਤੇ ਬਣਾਉਣ ਲਈ ਉਤਸ਼ਾਹਿਤ ਕੀਤਾ ਜੋ ਕਿਸੇ ਵੀ ਤੂਫਾਨ ਦਾ ਸਾਹਮਣਾ ਕਰ ਸਕਦਾ ਹੈ। ਮੇਸ੍ਰਤ ਦੇ ਸ਼ਬਦ ਭਾਈਚਾਰੇ ਦੇ ਨਾਲ ਡੂੰਘਾਈ ਨਾਲ ਗੂੰਜਦੇ ਹਨ, ਕਿਉਂਕਿ ਉਸਨੇ ਆਪਣੇ ਦੁੱਖ ਦੇ ਧਾਗੇ ਅਤੇ ਪਿਆਰ ਅਤੇ ਇਕੱਠਤਾ ਦੀ ਸਰਵ ਵਿਆਪਕ ਇੱਛਾ ਨੂੰ ਇਕੱਠਾ ਕੀਤਾ ਸੀ। ਲੋਕਾਂ ਨੇ ਆਪਣੇ ਰਿਸ਼ਤਿਆਂ 'ਤੇ ਵਿਚਾਰ ਕਰਨਾ ਸ਼ੁਰੂ ਕਰ ਦਿੱਤਾ, ਟੁੱਟੇ ਹੋਏ ਰਿਸ਼ਤਿਆਂ ਨੂੰ ਸੁਧਾਰਨ ਦੇ ਮੌਕੇ ਨੂੰ ਗਲੇ ਲਗਾਉਂਦੇ ਹੋਏ ਅਤੇ ਉਨ੍ਹਾਂ ਲਈ ਪ੍ਰਸੰਸਾ ਦੀ ਡੂੰਘੀ ਭਾਵਨਾ ਪੈਦਾ ਕੀਤੀ ਜਿਨ੍ਹਾਂ ਨੂੰ ਉਹ ਪਿਆਰ ਕਰਦੇ ਸਨ।

ਮੇਸ੍ਰਤ ਦੇ ਦਿਲੀ ਸੰਦੇਸ਼ ਤੋਂ ਪ੍ਰੇਰਿਤ, ਸਥਾਨਕ ਲੋਕਾਂ ਨੇ ਪਿਤਾ-ਧੀ ਦੇ ਰਿਸ਼ਤੇ ਦਾ ਸਨਮਾਨ ਕਰਨ ਲਈ ਪਹਿਲਕਦਮੀਆਂ ਦੀ ਇੱਕ ਲੜੀ ਸ਼ੁਰੂ ਕੀਤੀ। ਇਰਮਾਕ ਦੀ ਯਾਦ ਵਿੱਚ ਇੱਕ ਸੁੰਦਰ ਯਾਦਗਾਰੀ ਬਗੀਚਾ ਬਣਾਇਆ ਗਿਆ, ਇੱਕ ਅਜਿਹੀ ਜਗ੍ਹਾ ਜਿੱਥੇ ਮਾਪੇ ਅਤੇ ਬੱਚੇ ਇਕੱਠੇ ਹੋ ਸਕਦੇ ਹਨ, ਖੇਡ ਸਕਦੇ ਹਨ ਅਤੇ ਆਪਣੇ ਖੁਦ ਦੇ ਰਿਸ਼ਤੇ ਨੂੰ ਮਜ਼ਬੂਤ ਕਰ ਸਕਦੇ ਹਨ। ਬਾਗ ਜੀਵੰਤ ਫੁੱਲਾਂ ਨਾਲ ਖਿੜਿਆ ਅਤੇ ਪਰਿਵਾਰਾਂ ਦੇ ਹਾਸੇ ਨਾਲ ਗੂੰਜਿਆ, ਜੋ ਮੇਸ੍ਰਤ ਦੀ ਕਹਾਣੀ ਤੋਂ ਪ੍ਰੇਰਿਤ ਹੋ ਕੇ, ਅਟੁੱਟ ਬੰਧਨ ਬਣਾਉਣ ਦੀ ਕੋਸ਼ਿਸ਼ ਕਰਦੇ ਸਨ। ਪਿਆਰ ਅਤੇ ਸਮਝ ਨੂੰ ਫੈਲਾਉਣ ਲਈ ਮੇਸ੍ਰਤ ਦੀ ਵਚਨਬੱਧਤਾ ਉਸਦੇ ਸ਼ਹਿਰ ਦੀਆਂ ਸਰਹੱਦਾਂ ਤੋਂ ਪਰੇ ਹੈ। ਉਹ ਆਪਣੇ ਤਜ਼ਰਬਿਆਂ ਨੂੰ ਸਾਂਝਾ ਕਰਦੇ ਹੋਏ ਅਤੇ ਦੁਨੀਆ ਭਰ ਦੇ ਸਰੋਤਿਆਂ ਨੂੰ ਆਪਣੇ ਅਜ਼ੀਜ਼ਾਂ ਦੀ ਕਦਰ ਕਰਨ ਲਈ ਪ੍ਰੇਰਿਤ ਕਰਨ ਵਾਲਾ ਇੱਕ ਬੁਲਾਰਾ ਬਣ ਗਿਆ। ਆਪਣੇ ਮਾਮੂਲੀ ਸ਼ਬਦਾਂ ਰਾਹੀਂ, ਉਸਨੇ ਲੋਕਾਂ ਨੂੰ ਯਾਦ ਦਿਵਾਇਆ ਕਿ ਜੀਵਨ ਇੱਕ ਨਾਜ਼ੁਕ ਤੋਹਫ਼ਾ ਹੈ, ਅਤੇ ਮਾਤਾ-ਪਿਤਾ-ਬੱਚੇ ਦੇ ਬੰਧਨ ਦੀ ਤਾਕਤ ਬੇਅੰਤ ਸੁੰਦਰਤਾ ਅਤੇ ਲਚਕੀਲੇ ਪਨ ਦਾ ਸਰੋਤ ਹੈ।

ਪਰ ਆਪਣੇ ਇਸ ਕੰਮ ਦੇ ਵਿਚਕਾਰ, ਮੇਸ੍ਰਤ ਨੇ ਕਦੇ ਵੀ ਇਰਮਾਕ ਨਾਲ ਸਾਂਝੇ ਕੀਤੇ ਡੂੰਘੇ ਸਬੰਧ ਨੂੰ ਨਹੀਂ ਗੁਆਇਆ। ਸ਼ਾਂਤ ਪਲਾਂ ਵਿੱਚ, ਉਹ ਓਕ ਦੇ ਦਰੱਖਤ ਦੇ ਹੇਠਾਂ ਬੈਠਦਾ, ਆਪਣੀ ਧੀ ਦੀ ਯਾਦ ਨਾਲ ਆਪਣੇ ਸੁਪਨੇ, ਉਮੀਦਾਂ ਅਤੇ ਡਰ ਸਾਂਝੇ ਕਰਦਾ। ਉਹ ਕਲਪਨਾ ਕਰਦਾ ਕਿ ਜੇ ਉਸ ਦੀ ਧੀ ਅੱਜ ਉਹਦੇ ਕੋਲ ਹੁੰਦੀ ਤਾਂ ਉਹ ਕੀ ਗੱਲਬਾਤ ਕਰਦੇ, ਉਹ ਕਿਹੜੇ ਹਾਸੇ ਸਾਂਝੇ ਕਰਦੇ? ਅਤੇ ਇਹਨਾਂ ਪਲਾਂ ਵਿੱਚ, ਮੇਸ੍ਰਤ ਨੂੰ ਦਿਲਾਸਾ ਮਿਲਿਆ ਕਰਦਾ। ਕਿਉਂਕਿ ਉਹ ਜਾਣਦਾ ਸੀ ਕਿ ਉਹ ਅਤੇ ਇਰਮਾਕ ਨੇ ਜੋ ਪਿਆਰ ਸਾਂਝਾ ਕੀਤਾ ਸੀ ਉਹ ਸਮੇਂ ਦੇ ਬੀਤਣ ਨਾਲ ਜਾਂ ਸੰਸਾਰ ਦੇ ਦੁਖਾਂਤ ਨਾਲ ਕਦੇ ਵੀ

ਘੱਟ ਨਹੀਂ ਹੋ ਸਕਦਾ। ਉਨ੍ਹਾਂ ਦਾ ਬੰਧਨ ਭੌਤਿਕ ਖੇਤਰ ਤੋਂ ਪਾਰ ਹੋ ਗਿਆ, ਅਤੇ ਉਸਨੇ ਹਰ ਪੜਾਅ 'ਤੇ ਉਸ ਦੀ ਆਤਮਾ ਨੂੰ ਆਪਣੇ ਅੰਦਰ ਮਹਿਸੂਸ ਕੀਤਾ।

ਅੰਤ ਵਿੱਚ, ਮੇਸੁਤ ਦੀ ਯਾਤਰਾ ਪਿਆਰ ਦੀ ਸਥਾਈ ਸ਼ਕਤੀ ਦਾ ਪ੍ਰਮਾਣ ਸੀ। ਉਸਨੇ ਆਪਣੇ ਦੁੱਖ ਨੂੰ ਇੱਕ ਸਕਤੀ ਵਿੱਚ ਬਦਲ ਦਿੱਤਾ ਸੀ ਜਿਸ ਨੇ ਦੂਜਿਆਂ ਨੂੰ ਆਪਣੇ ਖ਼ੁਦ ਦੇ ਰਿਸ਼ਤੇ ਦੀ ਸੁੰਦਰਤਾ ਨੂੰ ਗਲੇ ਲਾਉਣ ਲਈ, ਆਪਣੇ ਅਜ਼ੀਜ਼ਾਂ ਨੂੰ ਆਪਣੇ ਕੋਲ ਰੱਖਣ ਲਈ, ਅਤੇ ਹਰ ਪਲ ਦੀ ਕਦਰ ਕਰਨ ਲਈ ਪ੍ਰੇਰਿਤ ਕੀਤਾ ਸੀ। ਅਤੇ ਜਿਵੇਂ ਹੀ ਸੂਰਜ ਕਾਹਰਾਮਨਮਾਰਸ ਸ਼ਹਿਰ ਉੱਤੇ ਡੁੱਬਿਆ, ਮੇਮੋਰਿਅਲ ਬਾਗ਼ ਉੱਤੇ ਇੱਕ ਸੁਨਹਿਰੀ ਚਮਕ ਪਾਉਂਦਾ ਹੋਇਆ, ਮੇਸੁਤ ਨੇ ਧੰਨਵਾਦ ਦੀ ਡੂੰਘੀ ਭਾਵਨਾ ਮਹਿਸੂਸ ਕੀਤੀ। ਉਹ ਜਾਣਦਾ ਸੀ ਕਿ ਉਸਦੀ ਪਿਆਰੀ ਧੀ, ਇਰਮਾਕ, ਨਾ ਸਿਰਫ ਦੁਖਾਂਤ ਦੇ ਸ਼ਿਕਾਰ ਵਜੋਂ, ਸਗੋਂ ਇੱਕ ਪਿਤਾ ਅਤੇ ਉਸਦੇ ਬੱਚੇ ਵਿਚਕਾਰ ਅਟੁੱਟ ਬੰਧਨ ਦੇ ਪ੍ਰਤੀਕ ਵਜੋਂ ਹਮੇਸ਼ਾ ਲਈ ਯਾਦ ਰੱਖੀ ਜਾਵੇਗੀ-ਇੱਕ ਅਜਿਹਾ ਬੰਧਨ ਜੋ ਸਮੇਂ ਦੇ ਸਭ ਤੋਂ ਵੱਧ ਹਨੇਰੇ ਤੋਂ ਵੀ ਪਾਰ ਹੁੰਦਾ ਹੈ ਅਤੇ ਇੱਕ ਅਮਿੱਟ ਛਾਪ ਛੱਡਦਾ ਹੈ ਮਨੁੱਖੀ ਦਿਲ ਤੇ।

ਧੀ ਸਿਆਣੀ "ਕਿ" ਘਰ ਖਾਣੀ

ਸਾਰੇ ਦਾ ਸਾਰਾ ਪੰਜਾਬ ਬਾਹਰ ਜਾਣ ਨੂੰ ਫਿਰਦਾ ਹੈ। ਬਲਦੇਵ ਸਿਓਂ ਦਾ ਘਰ ਪਿੰਡ ਦੀ ਢਾਣੀ ਤੇ ਸੀ। ਹੌਲੀ-ਹੌਲੀ ਪਿੰਡ ਦੇ ਜਵਾਨ ਬੱਚੇ ਬਾਹਰਲੇ ਮੁਲਕਾਂ ਨੂੰ ਜਾਣ ਲਗ ਪਏ। ਵੈਸੇ ਸਾਰਿਆਂ ਨੂੰ ਤਾਂ ਨੀ ਜਵਾਨ ਕਹਾਂਗਾ ਥੋੜ੍ਹੇ ਜਿਹੇ ਜਵਾਨ ਪੜ੍ਹੇ ਲਿਖੇ ਤੇ ਜ਼ਿਆਦਾ ਤਰ ਕੱਚੀ ਉਮਰ ਦੇ ਬਾਰਵੀਂ ਵਾਲੇ ਜਵਾਕ ਸੀ।

ਬਲਦੇਵ ਸਿਓਂ ਘਰ ਦਾ ਮੁੱਖੀ ਵੀ ਸੀ ਤੇ ਬਜ਼ੁਰਗ ਵੀ। ਉਹਦੀ ਘਰ ਵਾਲੀ, ਪੁੱਤਰ, ਨੂੰਹ, ਦੇ ਪੋਤਰੇ ਤੇ ਇੱਕ ਪੋਤਰੀ ਨੂੰ ਮਿਲਾ ਕੇ ਸੱਤ ਮੈਂਬਰ ਸੀ ਘਰ ਦੇ। ਘਰ ਵਿੱਚ ਆਰਥਿਕ ਤੰਗੀ ਹੋਣ ਦੇ ਬਾਵਜੂਦ ਵੀ ਪੂਰੇ ਠਾਠਾਂ ਨਾਲ ਰਹਿੰਦੇ ਸੀ। ਆਖਰ ਮੁੱਛ ਦਾ ਸਵਾਲ ਸੀ, ਬਲਦੇਵ ਸਿਓਂ ਦਾ ਸਿਆਸੀ ਬੰਦਿਆਂ ਨਾਲ ਉੱਠਣਾ ਬੈਠਣਾ ਜੋ ਸੀ। ਦੋ ਕਿੱਲੇ ਆਵਦੀ ਜ਼ਮੀਨ ਸੀ ਤੇ ਬਾਕੀ ਦੱਸ ਕੁ ਕਿੱਲੇ ਠੇਕੇ ਤੇ ਲੈ ਲੈਂਦੇ ਸੀ। ਆਲੂ, ਲਸਣ, ਮਿਰਚ ਐਦਾਂ ਅਲਗ-ਅਲਗ ਸਬਜ਼ੀਆਂ ਬੀਜਦੇ ਸੀ। ਮੁਨਾਫ਼ੇ ਨਾਲੋਂ ਜ਼ਿਆਦਾ ਘਾਟਾ ਹੀ ਹੁੰਦਾ ਸੀ। ਜੇ ਕਦੇ ਮੁਨਾਫ਼ਾ ਹੋਵੇ ਤਾਂ ਖਰਚਾ ਵੱਧ ਕਰ ਲੈਣਾ ਤੇ ਜੇ ਘਾਟਾ ਪੈਣਾ ਤਾਂ ਖਰਚਾ ਫਿਰ ਵੀ ਘੱਟ ਨਾ ਕਰਨਾ। ਕੁੱਲ ਮਿਲਾ ਕੇ ਕਰਜ਼ੇ ਹੇਠਾਂ ਸੀ ਪਰ ਫਿਰ ਵੀ ਬੇ ਫ਼ਿਕਰੇ ਸੀ। ਜੇ ਆੜ੍ਹਤੀਏ ਨੇ ਪੈਸੇ ਦੇਣ ਤੋਂ ਮਨਾ ਕਰਨਾ ਤਾਂ ਨਵਾਂ ਆੜ੍ਹਤੀਆ ਲੱਭ ਲੈਣਾ, ਕਿਸੇ ਤੋਂ ਪੈਸੇ ਫੜਨੇ ਤਾਂ ਵਾਪਸ ਨਾ ਕਰਨਾ। ਇਸ ਤਰ੍ਹਾਂ ਵਧੀਆ ਗੁਜ਼ਾਰਾ ਕਰਦੇ ਸੀ।

ਬਲਦੇਵ ਦਾ ਮੁੰਡਾ ਸਿਰੇ ਦਾ ਨਸ਼ੇੜੀ ਸੀ, ਹਰ ਸਮੇਂ ਬੇਸੁਧ ਹੀ ਹੁੰਦਾ ਸੀ। ਜਦੋਂ ਵੇਖੀਏ ਟੱਲ ਕੱਢ ਕੇ ਰੱਖਦਾ ਸੀ। ਘਰ ਲੱਭਣ ਤੇ ਵੀ ਪੈਸਾ ਨਹੀਂ ਸੀ ਲੱਭਦਾ ਪਰ ਕਿਸੇ ਵਿਆਹ ਤੇ ਜਾਣਾ ਹੋਵੇ ਤਾਂ ਪਹਿਲਾਂ ਘਰੋਂ ਲੜਕੇ ਨਵੇਂ ਕੱਪੜੇ ਲੈਣੇ ਆ ਤੇ ਫਿਰ ਹੀ ਵਿਆਹ ਤੇ ਜਾਣਾ। ਸ਼ੌਂਕ ਵੀ ਪੂਰੇ ਵਧੀਆ ਰੱਖਦਾ ਸੀ, ਡੱਬ ਹਥਿਆਰ ਸੀ ਪਰ ਲਸੰਸ ਬਾਪੂ ਦਾ ਸੀ। ਮਹਿੰਗੋ ਤੋਂ ਮਹਿੰਗਾ ਟਰੈਕਟਰ ਲੈ ਕੇ ਆਉਣਾ, ਕਿਸ਼ਤਾਂ ਨਾ ਭਰਨ ਤੇ ਬੈਂਕ ਆਲੇ ਲੈ ਜਾਂਦੇ ਪਰ ਬੰਦਾ ਪੂਰਾ ਹਿੰਮਤੀ ਸੀ ਕਿਸੇ ਹੋਰ ਕੰਪਨੀ ਤੋਂ ਟਰੈਕਟਰ ਲੈ ਆਉਂਦਾ। ਗਰਾਰੀ ਸੀ ਬੰਦੇ ਦੀ ਲੈ ਕੇ ਤਾਂ ਨਵਾਂ ਤੇ ਵੱਡਾ ਹੀ ਆਉਣਾ ਭਾਵੇਂ ਜੁਲਿਆਂ ਵਿਕ ਜਾਣ। ਲੰਡੀ ਜੀਪ, ਕਾਰ, ਬੁਲਟ ਸਾਰਾ ਕੁਝ ਰਖਿਆ ਸੀ।

ਬਲਦੇਵ ਦੀ ਪੋਤਰੀ ਨੇ ਹੋਰ ਦੋ ਮਹੀਨਿਆਂ ਨੂੰ ਬਾਹਰਵੀਂ ਦੇ ਪੇਪਰ ਦੇਣੇ ਸੀ। ਹੁਣ ਘਰੇ ਇਹ ਮਸਲਾ ਬਣ ਗਿਆ ਕਿ ਅੱਗੇ ਹੁਣ ਕੀ ਕਰਵਾਈਏ। ਅਕਸਰ ਇਹਦੇ ਬਾਰੇ ਗੱਲ ਹੁੰਦੀ ਰਹਿੰਦੀ ਸੀ। ਇੱਕ ਦਿਨ ਕੁੜੀ ਦੀ ਦਾਦੀ ਨੇ ਕਹਿ ਦਿੱਤਾ ਕਿ ਆਪਾਂ ਇਹਨੂੰ ਆਈਲੈਟਸ ਕਰਵਾ ਕੇ ਵਿਆਹ ਦੇਈਏ। ਸਾਰਿਆਂ ਨੇ ਸਹਿਮਤੀ ਦਿੱਤੀ ਤੇ ਬਾਹਰਵੀਂ ਦੇ ਪੇਪਰ ਹੋਣ ਤੋਂ ਬਾਦ ਬਲਦੇਵ ਸਿਓਂ ਹਰ ਰੋਜ਼ ਆਵਦੀ ਪੋਤਰੀ ਨੂੰ ਆਈਲੈਟਸ ਕਰਵਾਉਣ ਲਈ ਸ਼ਹਿਰ ਲੈ ਕੇ ਜਾਂਦਾ। ਚਾਰ ਕੁ ਮਹੀਨੇ ਲੱਗੇ ਤੇ ਆਈਲੈਟਸ ਚੋਂ ਸਾਢੇ-ਛੇ ਬੈਂਡ ਆ ਹੀ ਗਏ। ਘਰ ਦੇ ਸਾਰੇ ਹੀ ਬਹੁਤ ਖੁੱਸ਼ ਸੀ ਤੇ ਉਹਨਾਂ ਆਵਦੇ ਰਿਸ਼ਤੇਦਾਰਾਂ ਤੇ ਵਚੋਲਿਆਂ ਨੂੰ ਕਹਿ ਦਿੱਤਾ ਕਿ ਸਾਡੀ ਕੁੜੀ ਦੇ ਸਾਢੇ-ਛੇ ਬੈਂਡ ਆਏ ਨੇ ਤੇ ਚੰਗੇ ਘਰ ਦਾ ਮੁੰਡਾ ਚਾਹੀਦਾ ਜੋ ਬਾਹਰ ਜਾਣ ਦਾ ਚਾਹਵਾਨ ਹੋਵੇ।

ਥੋੜ੍ਹੇ ਦਿਨਾਂ ਬਾਦ ਹੀ ਰਿਸ਼ਤੇ ਆਉਣ ਲਗ ਪਏ। ਤਿੰਨ ਚਾਰ ਮਹੀਨੇ ਐਵੇਂ ਹੀ ਸਿਲਸਿਲਾ ਚਲਦਾ ਰਿਹਾ। ਕਦੇ ਮਾਂ ਨੂੰ ਰਿਸ਼ਤਾ ਨਹੀਂ ਸੀ ਜਚਦਾ ਕਦੇ ਕੁੜੀ ਨਾ ਕਰ ਦਿਆ ਕਰੇ। ਇੱਕ ਦਿਨ ਸਾਰਾ ਟੱਬਰ ਰਾਤ ਨੂੰ ਬਹਿ ਕੇ ਸਲਾਹ ਕਰਨ ਲਗ ਪਿਆ, ਦਾਦੀ ਕਹਿੰਦੀ,

"ਫਲਾਣਾ ਰਿਸ਼ਤਾ ਐਡਾ ਵੱਧਿਆ ਆਇਆ ਸੀ ਆਪਾਂ ਨੂੰ ਉਹ ਵੀ ਪਸੰਦ ਨਹੀਂ ਆਇਆ। ਐਨੇ ਵਧੀਆ-ਵਧੀਆ ਰਿਸ਼ਤੇ ਆਉਂਦੇ ਪਏ ਆ, ਪਤਾ ਨੀ ਨੱਕ ਥੱਲੇ ਤੁਹਾਡੇ ਕੋਈ ਰਿਸ਼ਤਾ ਕਿਉਂ ਨਹੀਂ ਆਉਂਦਾ।" ਕੁੜੀ ਦੀ ਮਾਂ ਕਹਿੰਦੀ "ਮੈਨੂੰ ਤਾਂ ਜਿੱਥੇ ਵੱਧਿਆ ਲਗੂ ਮੈਂ ਤਾਂ ਆਵਦੀ ਕੁੜੀ ਉਥੇ ਹੀ ਤੋਰੂੰ।"

ਗੱਲ ਕਰਦੇ-ਕਰਦੇ ਉਹਨਾਂ ਦੇ ਘਰ ਗਵਾਂਢ ਤੋਂ ਸੀਤੋ ਤੇ ਉਹਦਾ ਘਰ ਵਾਲਾ ਆ ਗਏ। ਉਹਨਾਂ ਦਾ ਮੁੰਡਾ ਕਨੇਡਾ ਪੱਕਾ ਹੋਇਆ ਸੀ ਇਸ ਕਰਕੇ ਉਹ ਮਠਿਆਈ ਦਾ ਡੱਬਾ ਲੈ ਕੇ ਆਏ ਸੀ। ਸੀਤੋ ਕਹਿੰਦੀ, "ਸਾਡੇ ਸੁਨਣ 'ਚ ਆਇਆ ਕਿ ਤੁਸੀਂ ਵੀ ਆਵਦੀ ਕੁੜੀ ਨੂੰ ਬਾਹਰ ਭੇਜਣਾ।"

ਕੁੜੀ ਦੀ ਮਾਂ, "ਆਹੋ ਭੈਣਾਂ, ਆਈਲੈਟਸ 'ਚ ਸਾਢੇ-ਛੇ ਬੈਂਡ ਲੈ ਲਏ ਆ ਹੁਣ ਰਿਸ਼ਤਾ ਲੱਭਦੇ ਫਿਰਦੇ ਪਏ ਆਂ ਇਹਦੇ ਲਈ, ਸੋਚਦੇ ਪਏ ਆ ਕਿ ਵਿਆਹ ਕਰਕੇ ਬਾਹਰ ਭੇਜਿਏ।"

ਸੀਤੋੰ: "ਅੱਛਾ! ਠੀਕ ਆ (ਢਿੱਲੇ ਜੇ ਮੂੰਹ ਨਾਲ ਕਹਿੰਦੀ ਹੋਈ)"

ਕੁੜੀ ਦੀ ਮਾਂੰ: "ਕੀ ਗੱਲ ਸੀਤੋ ਐਨੀ ਢਿੱਲੀ ਜੀ ਠੀਕ ਆ ਕਿਉਂ?"

ਸੀਤੋੰ: "ਹੋਰ ਕੀ, ਮੇਰੇ ਮੰਨੇ ਤਾਂ ਤੁਸੀਂ ਆਪ ਖਰਚਾ ਕਰਕੇ ਭੇਜੋ ਕੁੜੀ ਨੂੰ, ਨਾ ਕੀ ਵਿਆਹ ਕਰਕੇ। ਹਾਲੇ ਕੁੜੀ ਦੀ ਉਮਰ ਵਿਆਹ ਵਾਲੀ ਹੋਈ ਹੀ ਨੀ, ਮਸੀਂ ਅਠਾਰਾਂ ਦੀ ਹੋਈ ਆ। ਨਾਲੇ ਜੇ ਤੁਸੀਂ ਆਪ ਖਰਚਾ ਕਰਕੇ ਭੇਜੋਗੇ ਤਾਂ ਕੁੜੀ ਕਮਾਈ ਕਰਕੇ ਵੀ ਤੁਹਾਨੂੰ ਭੇਜੂ। ਜੇ ਵਿਆਹ ਕਰਕੇ ਭੇਜਿਆ ਤਾਂ ਕਮਾਈ ਕਿਸੇ ਘਰ ਜਾਉ। ਮੈਂ ਕਹਿਨੀ ਆਂ ਇੱਕ ਵਾਰ ਕੌੜਾ ਘੁੱਟ ਭਰ ਲਵੋ ਬਾਦ ਵਿੱਚ ਤਾਂ ਨਜ਼ਾਰੇ ਹੀ ਨੇ। ਹੁਣ ਸਾਡੇ ਗੁਰਜੀਤ ਨੂੰ ਹੀ ਵੇਖ ਲਵੋ ਵਾਧੂ ਕਮਾਈ ਕਰਦਾ ਤੇ ਸਾਨੂੰ ਵੀ ਵਾਧੂ ਭੇਜਦਾ।"

ਸੀਤੋ ਦਾ ਘਰ ਵਾਲਾੰ: "ਚੁੱਪ ਕਰ ਤੂੰ ਐਵੇਂ ਸਲਾਹਾਂ ਦਿੰਦੀ ਰਹਿਨੀ ਏਂ। ਚਲ ਉੱਠ ਖੜ੍ਹ ਵਾਧੂ ਸਮਾਂ ਹੋ ਗਿਆ ਹੁਣ ਚਲੀਏ।"

ਦੇਵੈਂ ਜੀ ਉਥੋਂ ਚਲੇ ਜਾਂਦੇ ਆ ਪਰ ਬਲਦੇਵ ਸਿਉਂ ਦੇ ਘਰ ਇੱਕ ਨਵਾਂ ਸੱਪ ਛੱਡ ਜਾਂਦੇ ਆ। ਦਾਦੀ ਨੂੰ ਸੀਤੋ ਦੀ ਗੱਲ ਨੀ ਜਚਦੀ। ਦਾਦੀ ਦਾ ਕਹਿਣਾ ਸੀ ਨਾ ਆਪਾਂ ਨੂੰ ਪੁੱਜਦਾ ਆ ਤੇ ਉੱਤੋਂ ਆਪਣੀ ਕੁੜੀ ਆ ਮੁੰਡਾ ਨੀ ਇਸ ਕਰਕੇ ਆਪਾਂ ਤਾਂ ਵਿਆਹ ਕਰਕੇ ਹੀ ਬਾਹਰ ਭੇਜਣਾ। ਮਾਂ ਨੀ ਮੰਨੀ ਤੇ ਹੁਣ ਉਹਦਾ ਕਹਿਣਾ ਸੀ ਕੋਈ ਨਾ ਪੈਲੀ ਵੇਚ ਕੇ ਕੁੜੀ ਨੂੰ ਭੇਜ ਦੇਵਾਂਗੇ। ਜਦੋਂ ਮੇਰੀ ਧੀ ਨੂੰ ਚਾਰ ਪੈਸੇ ਜੁੜਣ ਲੱਗ ਗਏ ਉਦੋਂ ਦੁਬਾਰਾ ਲੈ ਲਵਾਂਗੇ।

ਐਨਾ ਕਹਿਕੇ ਮਾਂ ਕੁੜੀ ਦੇ ਸੀਰ ਤੇ ਹੱਥ ਫੇਰ ਕੇ ਕਹਿੰਦੇ ਏ "ਧੀ ਰਾਣੀ ਬੜੀ ਸਿਆਣੀ।"

ਅਗੋਂ ਦਾਦੀ ਦਾ ਐਖਾ ਜਾ ਜਵਾਬ ਆਉਂਦਾ ਹੈ "ਆਹੋ ਘਰ ਖਾਣੀ।"

ਐਨਾ ਕਹਿ ਕੇ ਸਾਰੇ ਉਥੋਂ ਚਲੇ ਜਾਂਦੇ ਹਨ।

ਆਖਰ ਕਿਸੇ ਨਾ ਕਿਸੇ ਤਰ੍ਹਾਂ ਕੁੜੀ ਨੂੰ ਬਾਹਰ ਭੇਜ ਦਿੰਦੇ ਹਨ। ਕੁੜੀ ਆਵਦੀ ਕਿਸੇ ਸਹੇਲੀ ਕੋਲ ਰਹਿਣ ਲੱਗ ਜਾਂਦੀ ਹੈ। ਮਾਂ ਹਰ ਰੋਜ਼ ਫੋਨ ਕਰਿਆ ਕਰਦੀ ਤੇ ਕੁੜੀ ਦੇ ਫੋਨ ਚੁਕਦਿਆਂ ਸਾਰ ਹੀ ਪੁੱਛਦੀ ਕੰਮ ਮਿਲ ਗਿਆ? ਹਰ ਵਾਰੀ ਕੁੜੀ ਕਿਹਾ ਕਰਦੀ ਮੰਮੀ ਕਦੇ ਪਹਿਲਾਂ ਹਾਲ ਚਾਲ ਵੀ ਪੁੱਛ ਲਿਆ ਕਰ।

ਮਹੀਨੇ ਕੁ ਬਾਦ ਇੱਕ ਬੇਕਰੀ ਫੈਕਟਰੀ 'ਚ ਉਹਨੂੰ ਕੰਮ ਮਿਲ ਗਿਆ। ਹਫ਼ਤਾ ਕੁ ਤਾਂ ਬੜਾ ਸਹੀ ਲੰਘਿਆ ਪਰ ਫਿਰ ਉਹਦੀ ਆਵਦੀ ਸਹੇਲੀ ਨਾਲ ਘਰ ਦੇ ਕੰਮਾਂ ਪਿੱਛੇ ਲੜਾਈ ਹੋਣ ਲੱਗ ਗਈ। ਉਹਨੇ ਘਰੇ ਗੱਲ ਕੀਤੀ ਤਾਂ ਮਾਂ ਕਹਿੰਦੀ, "ਤੂੰ ਘਰ ਬਦਲ ਲਾ।" ਬੇਕਰੀ 'ਚ ਕੰਮ ਕਰਦਿਆਂ ਉਹਦੇ ਉਥੇ ਕਈ ਦੋਸਤ ਬਣ ਗਏ ਤੇ ਉਹ ਉਹਨਾਂ ਦੀ ਬੇਸਮੈਂਟ ਵਿੱਚ ਰਹਿਣ ਚਲੀ ਗਈ। ਬੇਸਮੈਂਟ ਵਿੱਚ ਸਿਰਫ ਦੇ ਕਮਰੇ ਹੋਣ ਕਰਕੇ ਉਹਨੂੰ ਕਿਸੇ ਨਾਲ ਕਮਰਾ ਸਾਂਝਾ ਕਰਨਾ ਪਿਆ।

ਕਈ ਮਹੀਨੇ ਬੀਤ ਗਏ ਤੇ ਕੁੜੀ ਹਰ ਮਹੀਨੇ ਘਰ ਪੈਸੇ ਭੇਜਿਆ ਕਰਦੀ। ਹਰ ਵਾਰੀ ਜਦੋਂ ਵੀ ਘਰ ਪੈਸੇ ਆਉਂਦੇ ਓਨੀ ਵਾਰ ਕੁੜੀ ਦੀ ਮਾਂ ਆਪਣੀ ਸੱਸ ਨੂੰ ਮਿਹਣਾ ਮਾਰਿਆ ਕਰਦੀ। ਸਾਰਾ ਕੁਝ ਵੱਧਿਆ ਜਾ ਰਿਹਾ ਸੀ। ਇੱਕ ਦਿਨ ਕੁੜੀ ਥੋੜ੍ਹਾ ਬਿਮਾਰ ਜਾ ਹੋ ਗਈ। ਡਾਕਟਰ ਕੋਲ ਗਈ ਤਾਂ ਉਹਨੂੰ ਪਤਾ ਚਲਿਆ ਕਿ ਉਹ ਮਾਂ ਬਣਨ ਵਾਲੀ ਆ। ਹਸਪਤਾਲ ਤੋਂ ਤਾਂ ਉਹ ਚਲੀ ਗਈ ਪਰ ਘਰ ਜਾ ਕੇ ਉਹ ਬੜੀ ਪਰੇਸ਼ਾਨ ਹੋਈ ਉਹਨੂੰ ਨਹੀਂ ਸਮਝ ਆ ਰਹੀ ਸੀ ਕਿ ਉਹ ਹੁਣ ਕੀ ਕਰੇ। ਨਾ ਉਹਨੇ ਕਿਸੇ ਨੂੰ ਦੱਸਿਆ ਤੇ ਨਾ ਕਈ ਦਿਨ ਉਹ ਕੰਮ ਤੇ ਗਈ। ਆਖਰ ਉਹਨੇ ਅਬੋਰਸ਼ਨ ਕਰਵਾਉਣ ਦਾ ਫੈਸਲਾ ਲਿਆ। ਸਹਿਮੀ-ਸਹਿਮੀ ਹਸਪਤਾਲ ਜਾਂਦੀ ਹੈ ਤੇ ਫਾਰਮ ਭਰ ਕੇ ਉੱਥੇ ਬਹਿ ਜਾਂਦੀ ਹੈ। ਜਿਨ੍ਹਾਂ ਚਿਰ ਉਹ ਉੱਥੇ ਬਹਿੰਦੀ ਆ ਉਹਦੀਆਂ ਲੱਤਾਂ ਕੰਬਦਿਆਂ ਰਹਿੰਦਿਆਂ ਹਨ।

ਇੱਕ ਨਰਸ ਆਉਂਦੀ ਆ ਤੇ ਉਹ ਉਹਨੂੰ ਡਾਕਟਰ ਦੇ ਕਮਰੇ 'ਚ ਲੈ ਜਾਂਦੀ ਹੈ। ਕੁੜੀ ਦਾ ਫਾਰਮ ਵੇਖਦਿਆਂ ਸਾਰ ਡਾਕਟਰ ਕਹਿੰਦਾ ਬਚੇ ਦੇ ਪਿਤਾ ਦਾ ਨਾਂ ਨੀ ਲਿਖਿਆ, ਆ ਫੜ੍ਹੋ ਫਾਰਮ, ਪਿਤਾ ਦਾ ਨਾਂ ਲਿਖੋ। ਕੁੜੀ ਹੇਠਾਂ ਨੂੰ ਮੂੰਹ ਕਰਕੇ ਕੰਬਦੀ ਹੋਈ ਕਹਿੰਦੀ ਹੈ, "ਮੈਨੂੰ ਨਹੀ ਪਤਾ"।

ਡਾਕਟਰ ਹੈਰਾਨ ਹੋ ਕੇ ਪੁੱਛਦਾ, "ਕੀ ਮਤਲਬ ਨਹੀਂ ਪਤਾ?"

ਕੁੜੀਃ "ਮੇਰੇ ਨਾਲ ਘਰ ਵਿੱਚ ਤਿੰਨ ਮੁੰਡੇ ਰਹਿੰਦੇ ਆ ਮੈਨੂੰ ਨੀ ਪਤਾ ਇਹ ਬੱਚਾ ਕਿਸ ਦਾ ਆ।"

ਕੁੜੀ ਦੀ ਗੱਲ ਸੁਣਦਿਆਂ ਹੀ ਡਾਕਟਰ ਚੁੱਪ ਹੋ ਜਾਂਦਾ ਹੈ ਤੇ ਨਰਸ ਨੂੰ ਅਬੋਰਸ਼ਨ ਦੀ ਤਿਆਰੀ ਸ਼ੁਰੂ ਕਰਨ ਨੂੰ ਕਹਿੰਦਾ ਹੈ। ਸਭ ਕੁਝ ਹੋ ਜਾਂਦਾ ਹੈ ਤੇ ਜਾਣ ਲਗਿਆਂ ਕੁੜੀ ਨੂੰ ਡਾਕਟਰ ਕਹਿੰਦਾ ਹੈ "ਮੇਰੇ ਹਿਸਾਬ ਨਾਲ ਤੈਨੂੰ ਘਰ ਬਦਲ ਲੈਣਾ ਚਾਹੀਦਾ ਹੈ।"

ਕੁੜੀ ਗੱਲ ਸੁਣਦੀ ਆ ਤੇ ਉਥੋਂ ਚਲੀ ਜਾਂਦੀ ਆ ਅੱਖਾਂ ਪਾਣੀ ਨਾਲ ਭਾਰਿਆਂ ਹੋਇਆਂ ਹੁੰਦਿਆਂ। ਬੱਸ 'ਚ ਬੈਠੀ ਨੂੰ ਆਪਣੀ ਮਾਂ ਤੇ ਦਾਦੀ ਦੀ ਇੱਕ ਗੱਲ ਚੇਤੇ ਆਉਂਦੀ ਹੈ...

ਮਾਂ ਦਾ ਕਹਿਣਾ "ਧੀ ਰਾਣੀ ਬੜੀ ਸਿਆਣੀ" ਤੇ ਦਾਦੀ ਦਾ ਕਹਿਣਾ "ਘਰ ਖਾਣੀ।"

ਰੋਮ ਤੋਂ ਇੱਕ ਔਰਤ

ਰੋਮ ਦੀਆਂ ਸੜਕਾਂ 'ਤੇ ਇੱਕ ਮਾਨਸਿਕ ਤੌਰ 'ਤੇ ਕਮਜ਼ੋਰ ਔਰਤ ਰਹਿੰਦੀ ਸੀ। ਉਹ ਅਕਸਰ ਆਪਣੇ ਫਟੇ ਹੋਏ ਕੱਪੜਿਆਂ ਅਤੇ ਖਾਲੀ ਹੱਥਾਂ ਨਾਲ ਇਧਰ-ਉਧਰ ਭਟਕਦੀ ਦਿਖਾਈ ਦਿੰਦੀ ਸੀ। ਉਹ ਇੱਕ ਭਿਖਾਰੀ ਸੀ, ਜੋ ਅਜਨਬੀਆਂ ਤੋਂ ਭੀਖ ਮੰਗ ਕੇ ਆਪਣਾ ਦਿਨ ਬਿਤਾਉਂਦੀ ਸੀ। ਬਹੁਤ ਸਾਰੇ ਲੋਕ ਉਸ ਉੱਤੇ ਤਰਸ ਕਰਦੇ ਅਤੇ ਉਸ ਨੂੰ ਕੁਝ ਪੈਸਾ ਜਾਂ ਭੋਜਨ ਦੇ ਦਿੰਦੇ, ਪਰ ਕਿਸੇ ਨੇ ਵੀ ਉਸ ਦੀ ਪਰਵਾਹ ਨਹੀਂ ਕੀਤੀ। ਉਹ ਸਿਰਫ ਇੱਕ ਭਿਖਾਰੀ ਸੀ, ਹਲਚਲ ਵਾਲੇ ਸ਼ਹਿਰ ਵਿੱਚ ਬਹੁਤ ਸਾਰੇ ਲੋਕਾਂ ਵਿੱਚੋਂ ਇੱਕ।

ਇੱਕ ਦਿਨ, ਜਦੋਂ ਉਹ ਕੂੜੇ ਦੇ ਢੇਰ ਵਿੱਚੋਂ ਕੁਝ ਖਾਣ ਲਈ ਲੱਭ ਰਹੀ ਸੀ, ਤਾਂ ਉਸ ਨੇ ਇੱਕ ਨਵੀਂ ਜੰਮੀ ਬੱਚੀ ਨੂੰ ਠੋਕਰ ਮਾਰ ਦਿੱਤੀ। ਬੱਚਾ ਕੂੜੇ ਦੇ ਵਿਚਕਾਰ ਵਿਲਕਦਾ ਪਿਆ ਤੇ ਇਕੱਲਾ ਸੀ। ਔਰਤ ਹੈਰਾਨ ਰਹਿ ਗਈ ਅਤੇ ਤੁਰੰਤ ਬੱਚੇ ਨੂੰ ਚੁੱਕ ਕੇ ਆਪਣੀ ਛਾਤੀ ਨਾਲ ਲਾ ਲਿਆ। ਉਹ ਆਪਣੀ ਕਿਸਮਤ 'ਤੇ ਵਿਸ਼ਵਾਸ ਨਹੀਂ ਕਰ ਸਕਦੀ ਸੀ। ਆਪਣੀ ਜ਼ਿੰਦਗੀ ਵਿੱਚ ਪਹਿਲੀ ਵਾਰ, ਉਸ ਨੇ ਕਿਸੇ ਨੂੰ ਆਪਣਾ ਕਹਿਆ ਸੀ। ਉਹ ਔਰਤ, ਜੋ ਪਹਿਲਾਂ ਇਕੱਲੀ ਅਤੇ ਭੁੱਲੀ ਹੋਈ ਰੂਹ ਸੀ, ਹੁਣ ਉਸ ਨੂੰ ਜ਼ਿੰਦਗੀ ਦਾ ਇੱਕ ਮਕਸਦ ਮਿਲ ਗਿਆ ਸੀ। ਉਸਨੇ ਬੱਚੇ ਨੂੰ ਆਪਣੀ ਧੀ ਦੇ ਰੂਪ ਵਿੱਚ ਗੋਦ ਲਿਆ ਅਤੇ ਉਸਦਾ ਨਾਮ ਰੋਜ਼ਾ ਰੱਖਿਆ। ਉਸਨੇ ਰੋਜ਼ਾ ਨੂੰ ਉਹ ਪਿਆਰ ਅਤੇ ਦੇਖ ਭਾਲ

ਦਿੱਤੀ ਜੋ ਉਸਨੂੰ ਆਪਣੀ ਜ਼ਿੰਦਗੀ ਵਿੱਚ ਕਦੇ ਨਹੀਂ ਮਿਲਿਆ ਸੀ। ਉਹ ਰੋਜ਼ਾ ਦੀ ਦੇਖ ਭਾਲ ਕਰਦੇ ਹੋਏ ਆਪਣੇ ਦਿਨ ਬਿਤਾਉਂਦੀ, ਇਹ ਯਕੀਨੀ ਬਣਾਉਂਦੀ ਕਿ ਉਸਨੂੰ ਖੁਆਇਆ ਜਾਵੇ, ਸਾਫ਼ ਅਤੇ ਗਰਮ ਰਖਿਆ ਜਾਵੇ।

ਜਿਵੇਂ-ਜਿਵੇਂ ਰੋਜ਼ਾ ਵੱਧਦੀ ਗਈ, ਔਰਤ ਦੀ ਮਾਨਸਿਕ ਸਥਿਤੀ ਸੁਧਰਨ ਲੱਗੀ। ਰੋਜ਼ਾ ਨੂੰ ਮਿਲਣ ਵਾਲਾ ਪਿਆਰ ਅਤੇ ਦੇਖ ਭਾਲ ਉਸ ਨੂੰ ਵੀ ਮਿਲ ਰਿਹਾ ਸੀ। ਉਹ ਅਕਸਰ ਰੋਜ਼ਾ ਨਾਲ ਮੁਸਕਰਾਉਂਦੀ ਅਤੇ ਹੱਸਦੀ ਤੇ ਉਸ ਨੂੰ ਦੇਖਦੀ ਰਹਿੰਦੀ, ਅਜਿਹਾ ਕੁਝ ਜੋ ਪਹਿਲਾਂ ਕਦੇ-ਕਦਾਈਂ ਦੇਖਿਆ ਗਿਆ ਸੀ। ਉਹ ਆਪਣੇ ਆਲੇ ਦੁਆਲੇ ਦੇ ਲੋਕਾਂ ਨਾਲ ਵਧੇਰੇ ਜਵਾਬਦੇਹ ਅਤੇ ਗੱਲਾਂ ਬਾਤਾਂ ਕਰਨ ਲਗ ਗਈ। ਹੌਲੀ-ਹੌਲੀ ਪਰ ਯਕੀਨਨ, ਉਹ ਇੱਕ ਆਮ ਵਿਅਕਤੀ ਵਾਂਗ ਵਿਵਹਾਰ ਕਰ ਰਹੀ ਸੀ। ਆਲੇ-ਦੁਆਲੇ ਦੇ ਲੋਕ ਔਰਤ ਦੇ ਬਦਲਾਅ ਨੂੰ ਧਿਆਨ 'ਚ ਲੈਣ ਲਗ ਪਏ। ਉਹ ਅਕਸਰ ਉਸ ਨੂੰ ਰੋਜ਼ਾ ਨਾਲ ਖੇਡਦੇ ਦੇਖਦੇ ਅਤੇ ਉਨ੍ਹਾਂ ਦੋਹਾਂ ਨੂੰ ਦੇਖਣ ਲਈ ਰੁਕ ਜਾਂਦੇ। ਉਹ ਮਹਿਸੂਸ ਕਰਨ ਲੱਗੇ ਕਿ ਇਹ ਔਰਤ, ਜਿਸ ਨੂੰ ਉਹ ਪਹਿਲਾਂ ਤਰਸ ਨਾਲ ਵੇਖਦੇ ਸਨ ਅਤੇ ਨਜ਼ਰਅੰਦਾਜ਼ ਕਰਦੇ ਸਨ, ਹੁਣ ਇੱਕ ਪਿਆਰ ਕਰਨ ਵਾਲੀ ਮਾਂ ਸੀ ਜਿਸ ਨੇ ਜ਼ਿੰਦਗੀ ਦਾ ਇੱਕ ਮਕਸਦ ਲੱਭ ਲਿਆ ਸੀ।

ਔਰਤ ਅਤੇ ਰੋਜ਼ਾ ਸੜਕਾਂ 'ਤੇ ਰਹਿੰਦੇ ਰਹੇ, ਪਰ ਉਹ ਹੁਣ ਇਕੱਲੇ ਨਹੀਂ ਸਨ। ਉਨ੍ਹਾਂ ਦਾ ਇੱਕ-ਦੂਸਰੇ ਨੂੰ ਸਹਾਰਾ ਸੀ ਅਤੇ ਉਨ੍ਹਾਂ ਨੇ ਜੋ ਪਿਆਰ ਸਾਂਝਾ ਕੀਤਾ ਉਸ ਦੀ ਉਨ੍ਹਾਂ ਦੋਹਾਂ ਨੂੰ ਲੋੜ ਸੀ। ਉਹ ਇਹ ਯਾਦ ਦਿਵਾਉਂਦੇ ਹਨ ਕਿ ਕਈ ਵਾਰ, ਕਿਸੇ ਵਿਅਕਤੀ ਦੀ ਜ਼ਿੰਦਗੀ ਨੂੰ ਬਦਲਣ ਲਈ ਥੋੜ੍ਹਾ ਜਿਹਾ ਪਿਆਰ ਅਤੇ ਦੇਖ ਭਾਲ ਦੀ ਹੀ ਲੋੜ ਹੁੰਦੀ ਹੈ।

ਅੰਨ੍ਹੀਆਂ ਅੱਖਾਂ

ਹਿਮਾਚਲ ਦੀਆਂ ਪਹਾੜੀਆਂ ਦੇ ਵਿਚਕਾਰ ਵਸੇ ਇੱਕ ਛੋਟੇ, ਸ਼ਾਂਤ ਸ਼ਹਿਰ ਵਿੱਚ, ਦੋ ਲੋਕ ਰਹਿੰਦੇ ਸਨ ਜੋ ਹਰ ਤਰ੍ਹਾਂ ਨਾਲ ਉਲਟ ਜਾਪਦੇ ਸਨ। ਪ੍ਰਤਾਪ ਇੱਕ ਅੰਨ੍ਹਾ ਆਦਮੀ ਸੀ ਜਿਸ ਨੇ ਕਦੇ ਵੀ ਆਪਣੀਆਂ ਅੱਖਾਂ ਨਾਲ ਦੁਨੀਆਂ ਨੂੰ ਨਹੀਂ ਦੇਖਿਆ ਸੀ, ਪਰ ਉਸਦਾ ਦਿਲ ਇੱਕ ਖੁੱਲੀ ਕਿਤਾਬ ਸੀ, ਹਰ ਉਸ ਵਿਅਕਤੀ ਤੋਂ ਸਿੱਖਣ ਲਈ ਹਮੇਸ਼ਾ ਉਤਸੁਕ ਰਹਿੰਦਾ ਸੀ ਜਿਸਨੂੰ ਉਹ ਮਿਲਦਾ ਸੀ। ਦੂਜੇ ਪਾਸੇ, ਮੇਰੀ ਕੋਲ ਸੰਪੂਰਨ ਦ੍ਰਿਸ਼ਟੀ ਸੀ ਪਰ ਉਸ ਨੇ ਚੋਣਵੀਂ ਅਗਿਆਨਤਾ ਦੀ ਕਲਾ ਨੂੰ ਸੰਪੂਰਨ ਕੀਤਾ ਸੀ। ਉਹ ਆਪਣੀਆਂ ਅੱਖਾਂ ਖੁੱਲੀਆਂ ਰੱਖ ਕੇ ਸਭ ਕੁਝ ਦੇਖਦੀ ਸੀ ਪਰ ਉਸ ਨੇ ਸਿਰਫ ਆਪਣੇ ਅਤੇ ਆਪਣੇ ਹਿੱਤਾਂ 'ਤੇ ਧਿਆਨ ਕੇਂਦਰਤ ਕੀਤਾ।

ਇੱਕ ਕਰੜੀ ਧੁੱਪ ਵਾਲੀ ਸਵੇਰ ਨੂੰ ਪ੍ਰਤਾਪ ਨੇ ਆਪਣੀ ਭਰੋਸੇਮੰਦ ਸੈਰ ਕਰਨ ਵਾਲੀ ਸੋਟੀ ਦੀ ਅਗਵਾਈ ਵਿੱਚ, ਸ਼ਹਿਰ ਵਿੱਚ ਸੈਰ ਕਰਨ ਦਾ ਫੈਸਲਾ ਕੀਤਾ। ਉਸ ਕੋਲ ਅਜਨਬੀਆਂ ਨਾਲ ਗੱਲਬਾਤ ਕਰਨ ਦਾ ਹੁਨਰ ਸੀ, ਅਤੇ ਉਹ ਆਵਾਜ਼ਾਂ, ਖੁਸ਼ਬੂਆਂ ਅਤੇ ਕਹਾਣੀਆਂ ਦੀ ਕਦਰ ਕਰਦਾ ਸੀ ਜੋ ਉਸ ਦੀ ਦੁਨੀਆਂ ਉਸ ਲਈ ਬਣਾਉਂਦੀ ਸੀ। ਜਦੋਂ ਵੀ ਉਹ ਗਲੀਆਂ ਵਿੱਚੋਂ ਲੰਘਦਾ ਸੀ ਤਾਂ ਸਾਰਿਆਂ ਨਾਲ ਗੱਲ ਬਾਤ ਕਰਿਆ ਕਰਦਾ, ਉਹਨਾਂ ਦੀਆਂ ਜ਼ਿੰਦਗੀਆਂ ਬਾਰੇ ਜਾਣਿਆ

ਕਰਦਾ ਅਤੇ ਹਰ ਇੱਕ ਨਾਲ ਮੁਸਕਰਾ ਕੇ ਮਿਲਿਆ ਕਰਦਾ। ਸਾਰੇ ਲੋਕ ਉਸ ਦੀ ਦਿਆਲਤਾ ਕਰਕੇ ਉਸ ਨੂੰ ਪਿਆਰ ਕਰਦੇ ਸੀ।

ਮੈਰੀ, ਇਸਦੇ ਬਿਲਕੁਲ ਉਲਟ, ਇੱਕ ਕੈਫੇ ਵਿੱਚ ਬੈਠੀ ਹੋਈ, ਆਪਣੇ ਫੋਨ ਵਿੱਚ ਰੁੱਝੀ ਹੋਈ, ਆਪਣੇ ਆਲੇ ਦੁਆਲੇ ਦੀ ਦੁਨੀਆਂ ਤੋਂ ਅਣਜਾਣ ਸੀ। ਉਸ ਨੇ ਨਿਰਲੇਪਤਾ ਦੀ ਕਲਾ ਨੂੰ ਸੰਪੂਰਨ ਕਰ ਲਿਆ ਸੀ ਅਤੇ ਜ਼ਿੰਦਗੀ ਦੀ ਸੁੰਦਰਤਾ ਆਪਣੀਆਂ ਅੱਖਾਂ ਦੇ ਸਾਹਮਣੇ ਹੁੰਦਿਆਂ ਹੋਏ ਵੀ ਉਸ ਲਈ ਅਲੋਪ ਸੀ।

ਇੱਕ ਬੜੇ ਹੀ ਭਿਆਨਕ ਦਿਨ, ਪ੍ਰਤਾਪ ਅਤੇ ਮੈਰੀ ਦੇ ਰਸਤੇ ਆਪਸ 'ਚ ਟਕਰਾ ਗਏ। ਤੁਰਦੇ-ਤੁਰਦੇ ਪ੍ਰਤਾਪ ਦੀ ਸੋਟੀ ਮੈਰੀ ਦੇ ਮੇਜ਼ ਦੇ ਨਾਲ ਖਹਿ ਗਈ, ਉਸਦੇ ਫੋਨ ਤੋਂ ਉਸਦਾ ਧਿਆਨ ਖਿੱਚਿਆ ਗਿਆ। ਹੈਰਾਨ ਹੋ ਕੇ, ਉਸਨੇ ਉੱਪਰ ਦੇਖਿਆ ਅਤੇ ਉਸ ਬੇ-ਸਮਝ ਆਦਮੀ ਨੂੰ ਦੇਖਿਆ ਜਿਸ ਨੇ ਉਸ ਦਾ ਧਿਆਨ ਖਿੱਚ ਲਿਆ।

"ਮਾਫ ਕਰਨਾ, ਦੋਸਤ," ਪ੍ਰਤਾਪ ਨੇ ਨਿੱਘੀ ਮੁਸਕਰਾਹਟ ਨਾਲ ਮੁਆਫ਼ੀ ਮੰਗੀ। "ਮੇਰਾ ਮਤਲਬ ਤੁਹਾਨੂੰ ਪਰੇਸ਼ਾਨ ਕਰਨਾ ਨਹੀਂ ਸੀ।"

ਮੈਰੀ ਹੈਰਾਨ ਰਹਿ ਗਈ। ਉਹ ਕਦੇ ਵੀ ਇੰਨੇ ਦਿਆਲੂ ਅਤੇ ਨਿਮਰ ਵਿਅਕਤੀ ਨੂੰ ਨਹੀਂ ਮਿਲੀ ਸੀ। ਦਿਲਚਸਪ ਗੱਲ ਇਹ ਸੀ ਕਿ ਉਸਨੇ ਉਸਨੂੰ ਬੈਠਣ ਅਤੇ ਗੱਲਬਾਤ ਕਰਨ ਲਈ ਕਿਹਾ। ਇਸ ਤੋਂ ਬਾਅਦ ਹੋਈ ਗੱਲਬਾਤ ਮੈਰੀ ਲਈ ਇੱਕ ਨਵਾਂ ਇਹਸਾਸ ਸੀ। ਪ੍ਰਤਾਪ ਨੇ ਅਚੰਭਿਆਂ ਨਾਲ ਭਰੀ ਹੋਈ ਦੁਨੀਆਂ ਬਾਰੇ ਗੱਲ ਕੀਤੀ ਜਿਸ ਨੂੰ ਉਸਨੇ ਆਪਣੇ ਦਿਲ ਦੀਆਂ ਅੱਖਾਂ ਅਤੇ ਦੂਜਿਆਂ ਦੀਆਂ ਕਹਾਣੀਆਂ ਦੁਆਰਾ ਅਨੁਭਵ ਕੀਤਾ ਸੀ। ਉਸਨੇ ਆਪਣੇ ਸੁਪਨੇ, ਆਪਣੀ ਹਿੰਮਤ ਅਤੇ ਆਪਣੀਆਂ ਇੱਛਾਵਾਂ ਸਾਂਝੀਆਂ ਕੀਤੀਆਂ। ਪ੍ਰਤਾਪ ਦੇ ਸ਼ਬਦ ਮੈਰੀ ਦੇ ਕੰਨਾਂ ਰਾਹੀਂ ਉਸ ਦੇ ਅੰਦਰ ਕਿਸੇ ਚੀਜ਼ ਨੂੰ ਛੂਹ ਰਹੇ ਸਨ।

ਦਿਨ ਹਫ਼ਤਿਆਂ ਵਿੱਚ ਬਦਲ ਗਏ, ਪ੍ਰਤਾਪ ਅਤੇ ਮੈਰੀ ਵਿਚਕਾਰ ਇੱਕ ਅਸੰਭਵ ਤੇ ਚੰਗੀ ਦੋਸਤੀ ਖਿੜ ਗਈ। ਪ੍ਰਤਾਪ ਦੇ ਬਿਨਾਂ ਅੱਖਾਂ

ਤੋਂ ਦੁਨੀਆ ਦੇਖਣ ਦੇ ਨਜ਼ਰਿਏ ਨੇ ਮੈਰੀ ਦੀਆਂ ਅੱਖਾਂ ਨੂੰ ਸੱਚੇ ਰਿਸ਼ਤੇ ਅਤੇ ਦੁਨਿਆਵੀ ਸੁੰਦਰਤਾ ਨੂੰ ਦੇਖਣ ਲਈ ਖੋਲ ਦਿੱਤਾ। ਉਹ ਉਸ ਸ਼ਹਿਰ ਦੇ ਗੁੰਝਲਦਾਰ ਵੇਰਵਿਆਂ ਵੱਲ ਧਿਆਨ ਦੇਣ ਲੱਗ ਪਈ ਜਿਨਾਂ ਨੂੰ ਉਸਨੇ ਪਹਿਲਾਂ ਅਣਡਿੱਠ ਕੀਤਾ ਸੀ – ਪਾਰਕ ਵਿੱਚ ਜੀਵੰਤ ਫੁੱਲ, ਖੇਡਦੇ ਬੱਚਿਆਂ ਦਾ ਹਾਸਾ, ਅਤੇ ਬਜ਼ੁਰਗਾਂ ਦੀਆਂ ਝੁਰੜੀਆਂ ਵਿੱਚ ਛੁਪੀਆਂ ਕਹਾਣੀਆਂ।

ਇੱਕ ਦਿਨ, ਪ੍ਰਤਾਪ ਦੇ ਨਾਲ ਤੁਰਦੇ ਹੋਏ, ਮੈਰੀ ਨੇ ਟਿੱਪਣੀ ਕੀਤੀ, "ਮੈਂ ਆਪਣੀ ਜ਼ਿੰਦਗੀ ਖੁੱਲ੍ਹੀਆਂ ਅੱਖਾਂ ਨਾਲ ਬਤੀਤ ਕੀਤੀ ਹੈ, ਫਿਰ ਵੀ ਮੈਂ ਸਭ ਤੋਂ ਮਹੱਤਵਪੂਰਣ ਚੀਜ਼ਾਂ ਲਈ ਅੰਨ੍ਹੀ ਹੋ ਗਈ ਸੀ। ਮੈਂ ਮਨੁੱਖੀ ਰਿਸ਼ਤਿਆਂ ਦੀ ਸੁੰਦਰਤਾ ਅਤੇ ਅਨੁਭਵਾਂ ਦੀ ਅਮੀਰੀ ਨੂੰ ਨਜ਼ਰਅੰਦਾਜ਼ ਕੀਤਾ ਹੈ।"

ਪ੍ਰਤਾਪ ਨੇ ਸਿਰ ਹਿਲਾਇਆ, ਉਸਦੀ ਮੁਸਕਰਾਹਟ ਚਮਕਦਾਰ ਸੀ। "ਸਾਡੇ ਸਾਰਿਆਂ ਵਿੱਚ ਕੋਈ ਨਾ ਕੋਈ ਕਮੀ ਹੈ, ਮੈਰੀ। ਸਬਕ ਇਹ ਨਹੀਂ ਹੈ ਕਿ ਅਸੀਂ ਕੀ ਦੇਖਦੇ ਹਾਂ, ਪਰ ਅਸੀਂ ਆਪਣੇ ਆਲੇ ਦੁਆਲੇ ਦੀ ਦੁਨੀਆਂ ਨੂੰ ਸਮਝਣ ਦੀ ਚੋਣ ਕਿਵੇਂ ਕਰਦੇ ਹਾਂ।"

ਇਸ ਤਰ੍ਹਾਂ, ਮੈਰੀ ਨੇ ਸਿੱਖਿਆ ਕਿ ਇਕੱਲਾ ਦਰਸ਼ਨ ਹੀ ਕਾਫ਼ੀ ਨਹੀਂ ਸੀ। ਉਸਨੇ ਮਹਿਸੂਸ ਕੀਤਾ ਕਿ ਸੱਚਾ ਦ੍ਰਿਸ਼ ਦਿਲ ਤੋਂ ਆਉਂਦਾ ਹੈ, ਦਇਆ ਨਾਲ ਦੁਨਿਆ ਨੂੰ ਗਲੇ ਲਾਉਣ ਤੋਂ, ਅਤੇ ਅਣਡਿੱਠੇ ਪਲਾਂ ਵਿੱਚ ਸੁੰਦਰਤਾ ਦੀ ਭਾਲ ਕਰਨ ਤੋਂ।

ਅੰਤ ਵਿੱਚ, ਅੰਨ੍ਹਾ ਆਦਮੀ ਜੋ ਨਹੀਂ ਦੇਖ ਸਕਦਾ ਸੀ ਅਤੇ ਔਰਤ ਜਿਸ ਨੇ ਸਭ ਕੁਝ ਨਜ਼ਰਅੰਦਾਜ਼ ਕੀਤਾ ਸੀ, ਨੇ ਇੱਕ ਡੂੰਘੀ ਸੱਚਾਈ ਦੀ ਖੋਜ ਕੀਤੀ: ਸਿਰਫ ਉਹ ਨਹੀਂ ਜੋ ਅਸੀਂ ਦੇਖਦੇ ਹਾਂ, ਪਰ ਜੋ ਅਸੀਂ ਦੇਖਦੇ ਹਾਂ ਤੇ ਮਹਿਸੂਸ ਕਰਦੇ ਹਾਂ ਉਹ ਅਸਲ ਵਿੱਚ ਮਾਇਨੇ ਰੱਖਦਾ ਹੈ।

ਦਾਜ ਵਾਲੀ ਗੱਡੀ

ਮਾਪਿਆਂ ਨੇ ਵਿਆਹ 'ਚ ਧੀ ਨੂੰ ਗੱਡੀ ਦਿੱਤੀ। ਗੱਡੀ ਨਾਲ ਜਿਵੇਂ ਉਹਦੇ 'ਚ ਆਕੜ ਜੀ ਆ ਗਈ। ਹੋਇਆ ਕੀ, ਜਿਵੇਂ ਹਰ ਘਰ ਵਿੱਚ ਅਣ-ਬਣ ਹੋ ਹੀ ਜਾਂਦੀ ਹੈ ਉਵੇਂ ਹੀ ਇਹਨਾਂ ਦੇ ਘਰ ਵੀ ਛੋਟੀ ਜੀ ਅਣ-ਬਣ ਹੋ ਗਈ। ਕੁੜੀ ਦਾ ਦਿਓਰ ਇੱਕ ਦਿਨ ਗੱਡੀ ਲੈ ਕੇ ਕਿਤੇ ਚਲਿਆ ਸੀ ਪਰ ਉਹਦੀ ਭਰਜਾਈ ਨੇ ਉਹਨੂੰ ਗੱਡੀ ਨਾ ਲਜਾਉਣ ਦਿੱਤੀ ਤੇ ਕਹਿੰਦੀ, "ਇਹ ਮੇਰੇ ਗੱਡੀ ਆ ਮੈਂ ਤੈਨੂੰ ਨੀ ਚਲਾਉਣ ਦੇਣੀ। ਇਹ ਮੇਰੇ ਮਾਪਿਆਂ ਮੈਨੂੰ ਦਿੱਤੀ ਆ ਤੁਹਾਨੂੰ ਨੀ, ਜੇ ਐਨਾ ਸ਼ੌਕ ਆ ਗੱਡੀਆਂ 'ਚ ਬਹਿਣ ਦਾ ਤਾਂ ਆਵਦੀ ਲੈ ਆਓ ਪਰ ਮੈਂ ਆ ਨੀ ਚਲਾਉਣ ਦੇਣੀ।"

ਉਹਨੇ ਫਿਰ ਆਵਦੇ ਭਰਾ ਨੂੰ ਦੱਸਿਆ ਕੀ ਭਰਜਾਈ ਨੇ ਉਹਦੇ ਨਾਲ ਐਵੇਂ ਕੀਤਾ। ਵੱਡਾ ਭਰਾ ਕਹਿੰਦਾ, "ਚਲ ਛੱਡ! ਮਿੱਟੀ ਪਾ ਗੱਲ ਤੇ ਐਵੇਂ ਕਲੇਸ਼ ਕਾਹਤੋਂ ਪਾਉਣਾ ਘਰੇ। ਉਹਦੇ ਵੱਲੋਂ ਮੈਂ ਮੁਆਫ਼ੀ ਮੰਗਦਾਂ।"

ਇੱਕ ਦਿਨ ਕੁੜੀ ਦਾ ਸਹੁਰਾ ਗੱਡੀ ਚਲਾਉਣ ਲੱਗਾ ਤਾਂ ਉਹਨੂੰ ਵੀ ਕੁੜੀ ਨੇ ਆਹੀ ਮਿਹਣਾ ਮਾਰਿਆ। ਅੱਗਲੇ ਦਿਨ ਮੁੰਡਾ ਆਵਦੀ ਘਰ ਵਾਲੀ ਨੂੰ ਕਹਿੰਦਾ, "ਚਲ ਤੇਰੇ ਪੇਕੇ ਘਰ ਚਲਦੇ ਆਂ ਤੇ ਦੋ ਚਾਰ ਦਿਨ ਲਾ ਆਵਾਂਗੇ, ਆਪਾਂ ਨੂੰ ਬੜੇ ਦਿਨ ਹੋ ਗਏ ਨੇ ਗਏ ਨੂੰ।"

ਕੁੜੀ ਚਾਈਂ-ਚਾਈਂ ਤਿਆਰ ਹੋ ਕੈ ਗਈ ਤੇ ਮੁੰਡਾ ਕੁੜੀ ਦੇ ਨਾਲ-ਨਾਲ ਗੱਡੀ ਨੂੰ ਵੀ ਉਹਦੇ ਪੇਕੇ ਘਰ ਛੱਡ ਆਇਆ।

ਇੱਕ ਕੁੜੀ

ਦੂਰ ਦਹਾਕੇ ਇੱਕ ਨਿੱਕੇ ਜੇ ਪਿੰਡ ਵਿੱਚ ਰਹਿੰਦੀ

ਨਿੱਕੀ ਜਿਹੀ ਜਿੰਦ ਸੀ

ਨਾਂ ਉਹਦਾ ਹਿੰਦ ਸੀ

ਕੱਲੀ-ਕੱਲੀ ਮਾਪਿਆਂ ਦੀ ਧੀ ਸੀ

ਹਿੰਦ ਦੇ ਜੰਮਣ ਸਮੇਂ

ਇਹਦੇ ਮਾਪੇ ਬਹੁਤ ਰੋਏ ਸੀ

ਪਤਾ ਨੀ ਹੰਝੂ ਖੁਸ਼ੀ ਦੇ ਸੀ

ਜਾਂ ਗਮ ਦੇ

ਅਸਲ 'ਚ ਇਹਨਾਂ ਲਈ ਤਾਂ

ਹਿੰਦ ਦੁੱਖ ਦਾ ਹੀ ਕਾਰਨ ਲਗਦੀ ਸੀ

ਕਿਉਂਕਿ ਉਮੀਦ ਪੁੱਤ ਦੀ ਸੀ

ਦੁੱਖ ਤਾਂ ਹਿੰਦ ਨੇ ਵੀ ਘੱਟ ਨੀ ਸੀ ਜਰੇ

ਸਾਰੀ ਉਮਰ ਦੁੱਖਾਂ ਦੇ ਜ਼ਖਮ ਹਰੇ ਹੀ ਰਹੇ

ਜੰਮਦਿਆਂ ਮਾਪਿਆਂ ਨੇ ਮੁੱਖ ਮੋੜ ਲਿਆ

ਫਿਰ ਤਾਂ ਇਹਨੂੰ ਦੁੱਖਾਂ ਨੇ ਹੀ ਘੇਰ ਲਿਆ

ਜਿਵੇਂ-ਜਿਵੇਂ ਵੱਡੀ ਹੋਈ

ਦੁੱਖ ਵੀ ਵੱਧਦੇ ਰਏ

ਪੜ੍ਹਾਈ ਵਿੱਚ ਵੀ ਇਹਦੇ ਨਾਲ ਵਿਤਕਰਾ ਕੀਤਾ ਗਿਆ

ਕਹਿੰਦੇ ਤੂੰ ਪੜ੍ਹ ਕੇ ਕੀ ਕਰਨਾ

ਬੇਬੇ ਨਾਲ ਚੁੱਲਾ-ਚੌਂਕਾਂ ਸਾਂਭ

ਜਿਵੇਂ-ਜਿਵੇਂ ਆਵਦੀ ਉਮਰ ਸੰਭਾਲੀ

ਮਾਪਿਆਂ ਨੂੰ ਛੱਡ ਕੇ ਜਾਣ ਦੇ ਦੁੱਖ ਨੇ ਖਾ ਲਿਆ

ਆਖਰ ਕਾਰ ਉਹ ਦਿਨ ਵੀ ਆ ਹੀ ਗਿਆ

ਮਾਪਿਆਂ ਨੂੰ

ਛੱਡ ਦੇ ਜਾਣ ਦਾ ਵਕਤ ਆ ਹੀ ਗਿਆ

ਘਰ ਵਿਆਹ ਦੀ ਗੱਲ ਚਲ ਰਹੀ ਸੀ

ਦਾਜ ਕਰਕੇ ਪਹਿਲਾਂ ਵੀ ਕਈ ਵਾਰ

ਰਿਸ਼ਤਾ ਹੁੰਦੇ-ਹੁੰਦੇ ਰਹਿ ਗਿਆ

ਬੇਬੇ ਬਾਪੂ ਇਹਨੂੰ ਕੋਸਦੇ ਸੀ

ਇਸ ਤੋਂ ਚੰਗਾ

ਮਾਂ ਦੀ ਕੁੱਖ ਸੁਨੀ ਹੀ ਰਹਿ ਜਾਂਦੀ

ਚੰਦਰੀਏ ਚੰਗਾ ਹੁੰਦਾ ਤੇ ਤੂੰ ਨਾ ਹੁੰਦੀ

ਕਿਸੇ ਤਰ੍ਹਾਂ ਬਾਪੂ ਨੇ ਕਰਜ਼ਾ ਚੁੱਕ

ਇਹਦਾ ਵਿਆਹ ਕਰ ਦਿੱਤਾ

ਉਸ ਦਿਨ ਇਹ ਭੁੱਬਾਂ ਮਾਰ-ਮਾਰ ਰੋਈ ਸੀ

ਇਸ ਤੋਂ ਬਾਦ ਸਾਰੀ ਉਮਰ ਅੰਦਰੋਂ-ਅੰਦਰੀ ਹੀ ਰੋਂਦੀ ਰਈ

ਸਾਰੀ ਉਮਰ ਸੱਸ ਦੇ ਮਿਹਣੀਆਂ ਤੇ

ਘਰ ਵਾਲੇ ਦੇ ਗੁੱਸੇ ਨੇ ਹੀ ਖਾ ਲਿਆ

ਨਾ ਮਰ ਹੋਇਆ ਨਾ ਚੱਜ ਨਾਲ ਜੀ ਹੋਇਆ

ਦੋ ਸਾਲਾਂ ਬਾਦ ਘਰ ਪੁੱਤ ਨੇ ਜਨਮ ਲਿਆ

ਐਂ ਲਗਿਆ ਜਿਵੇਂ ਉਹਦਾ ਹਾਸਾ ਮੁੜ ਆਇਆ

ਪੁੱਤ ਦਾ ਵਿਆਹ ਕੀਤਾ ਚਾਵਾਂ ਨਾਲ

ਘਰ ਨੂੰਹ ਆਈ

ਤੇ ਉਹਦੀਆਂ ਖੁਸ਼ੀਆਂ ਦੂਣੀਆਂ ਹੋ ਗਈਆਂ
ਪਰ ਜਿਆਦਾ ਦੇਰ ਨਾ ਇਹ ਟਿਕ ਪਾਈਆਂ
ਖੁਸ਼ੀਆਂ ਨੇ ਫਿਰ ਉਹਦੇ ਤੋਂ ਮੂੰਹ ਫੇਰ ਲਿਆ
ਪੁੱਤ ਨੇ ਘਰ ਵਾਲੀ ਦੇ ਕਹੇ ਤੇ
ਮਾਂ ਨੂੰ ਮਾੜਾ ਕਹਿਣਾ ਸ਼ੁਰੂ ਕਰ ਦਿੱਤਾ
ਰਹਿੰਦੀ ਉਮਰ ਐਵੇਂ ਹੀ ਲੰਘੀ
ਨੂੰਹ-ਪੁੱਤ ਤੋਂ ਖਰੀਆਂ ਖੋਟੀਆਂ ਸੁਣ-ਸੁਣ ਕੇ
ਫਿਰ ਇੱਕ ਦਿਨ ਪੋਤੇ ਨੂੰ ਖਿਡਾਉਂਦੀ-ਖਿਡਾਉਂਦੀ
ਸੁੱਖ ਦੀ ਨੀਂਦਰ ਸੌਂ ਗਈ
ਜਾਂਦੀ-ਜਾਂਦੀ ਆਵਦੇ ਪੋਤੇ ਨੂੰ ਕਹਿੰਦੀ
ਅਨਮੋਲ ਨੂੰ ਆਵਦੇ ਮਾਂ-ਪਿਓ ਨਾਲ ਐਵੇਂ ਨਾ ਕਰੀਂ
ਜਿਵੇਂ ਤੇਰੇ ਮਾਂ ਪਿਓ ਨੇ ਮੇਰੇ ਨਾਲ ਕੀਤਾ
ਤੂੰ ਇਹਨਾਂ ਦਾ ਵਧੀਆ ਖਿਆਲ ਰੱਖੀਂ
ਸੁਣਦਿਆਂ ਹੀ ਨੂੰਹ-ਪੁੱਤ ਦੀਆਂ ਅੱਖਾਂ ਭਰ ਆਈਆਂ
ਮਾਫ਼ੀ ਮੰਗਣ ਲਗੇ
ਪਰ ਐਨੇ 'ਚ ਹੀ ਹਿੰਦ ਉਥੇ ਜਾ ਚੁਕੀ ਸੀ
ਜਿਥੋਂ ਅੱਜ ਤੱਕ ਕੋਈ ਮੁੜ ਕੇ ਨੀ ਆਇਆ

"ਅਸਲ ਵਿੱਚ ਜ਼ਿੰਦਗੀ ਹੈ ਵੀ ਕੀ ਔਰਤ ਦੀ
ਵਿਆਹ ਤੋਂ ਪਹਿਲਾਂ ਘਰ ਵਾਲਿਆਂ ਦੀ
ਵਿਆਹ ਤੋਂ ਬਾਦ ਘਰ ਵਾਲੇ ਦੀ
ਬੱਸ ਇਹਨਾਂ ਦੋਹਾਂ ਵਿੱਚ ਹੀ
ਉਹਦੀ ਸਾਰੀ ਉਮਰ ਪਿਸਦੀ ਰਹਿੰਦੀ
ਖ਼ੁਦ ਰੋ ਕੇ ਦੂਜਿਆਂ ਨੂੰ ਹਸਾਉਂਦੀ ਰਹਿੰਦੀ"

ਮਾਸੂਮ ਰੂਹ

ਜਿਵੇਂ ਹੀ ਮੈਂ ਬੱਸ ਵਿੱਚ ਆਪਣੀ ਸੀਟ 'ਤੇ ਬੈਠ ਗਿਆ, ਮੈਂ ਚਾਰੇ ਪਾਸੇ ਨਿਗਾਹ ਮਾਰੀ ਅਤੇ ਦੇਖਿਆ ਕਿ ਇੱਕ ਵਿਅਕਤੀ ਕੁਝ ਸੀਟਾਂ ਅੱਗੇ ਇਕੱਲਾ ਬੈਠਾ ਸੀ। ਉਹ ਦੂਜਿਆਂ ਤੋਂ ਵੱਖਰਾ ਜਾਪਦਾ ਸੀ। ਚਿਹਰੇ 'ਤੇ ਇੱਕ ਸ਼ਾਂਤ ਮੁਸਕਰਾਹਟ ਦੇ ਨਾਲ ਜਦੋਂ ਉਸਨੇ ਖਿੜਕੀ ਤੋਂ ਬਾਹਰ ਲੰਘਦੇ ਨਜ਼ਾਰੇ ਨੂੰ ਵੇਖਿਆ, ਉਸ ਦੇ ਮਾਸੂਮ ਪ੍ਰਗਟਾਵੇ ਨੇ ਮੇਰਾ ਧਿਆਨ ਖਿੱਚਿਆ, ਮੈਂ ਕੁਝ ਨਾ ਕਰ ਸਕਿਆ ਬਸ ਉਸਨੂੰ ਵੇਖਦਾ ਰਿਹਾ। ਉਦੋਂ ਹੀ ਬੱਸ ਕੰਡਕਟਰ ਟਿੱਕਟ ਮੰਗਦੇ ਹੋਏ ਉਸ ਆਦਮੀ ਵੱਲ ਵੱਧਿਆ। ਨਰਮ ਸੁਭਾਅ ਨਾਲ, ਆਦਮੀ ਨੇ ਆਪਣੇ ਕੁੜਤੇ ਦੀ ਅਗਲੀ ਜੇਬ ਵਿੱਚੋਂ ਦਸ ਰੁਪਏ ਦਾ ਨੋਟ ਕੱਢਿਆ। ਉਸ ਨੇ ਕੰਡਕਟਰ ਨੂੰ ਫੜਾ ਕੇ ਕਿਹਾ, "ਮੈਨੂੰ ਦੋ ਟਿੱਕਟਾਂ ਦਿਓ।"

ਕੰਡਕਟਰ ਹੈਰਾਨ ਰਹਿ ਗਿਆ ਤੇ ਉਹਨੇ ਪੁੱਛਿਆ, "ਤੇਰੇ ਨਾਲ ਕੌਣ ਹੈ?" ਮੈਨੂੰ ਬੜੀ ਹੈਰਾਨੀ ਹੋਈ ਸੁਣਕੇ ਜੋ ਉਸ ਨੇ ਜਵਾਬ ਦਿੱਤਾ, ਬੰਦੇ ਨੇ ਮੁਸਕਰਾ ਕੇ ਜਵਾਬ ਦਿੱਤਾ, "ਮੇਰੇ ਨਾਲ ਵੀ ਮੈਂ ਹਾਂ।" ਕੰਡਕਟਰ ਨੂੰ ਕੁਝ ਨਾ ਸੁਝਿਆ ਪਰ ਸੁਣਕੇ ਹੱਸਿਆ ਬਹੁਤ। ਕੰਡਕਟਰ ਨੇ ਹੋਰ ਕੁਝ ਨਾ ਬੋਲਿਆ ਬੱਸ ਉਸਨੂੰ ਟਿੱਕਟਾਂ ਦੇ ਦਿੱਤੀਆਂ। ਕੰਡਕਟਰ ਤੇ ਉਸ ਆਦਮੀ ਦੀ ਇਸ ਵਾਰਤਾਲਾਪ ਨੂੰ ਸੁਣ ਕੇ ਬੱਸ ਵਿੱਚ ਬੈਠੇ ਸਾਰੇ ਇੱਕ ਘਟੀਆ ਅਪਮਾਨਜਨਕ ਹਾਸਾ ਹੱਸਣ ਲੱਗ ਪਏ।

ਹਾਲਾਂਕਿ, ਜਿਵੇਂ-ਜਿਵੇਂ ਸਫ਼ਰ ਜਾਰੀ ਰਿਹਾ, ਮੈਂ ਆਸ-ਪਾਸ ਦੇ ਕੁਝ ਯਾਤਰੀਆਂ ਨੂੰ ਫੁਸ-ਫੁਸ ਕਰਦੇ ਵੇਖਿਆ। ਉਨ੍ਹਾਂ ਨੇ ਆਦਮੀ ਦੇ ਸ਼ਬਦਾਂ ਦਾ ਮਜ਼ਾਕ ਉਡਾਇਆ, ਉਸਦੀ ਸਾਦਗੀ ਵਿੱਚ ਮਨੋਰੰਜਨ ਲੱਭਿਆ। ਇਸ ਤਰ੍ਹਾਂ ਦੀ ਬੇਰਹਿਮੀ ਨੂੰ ਸੁਣ ਕੇ ਮੈਨੂੰ ਬਹੁਤ ਦੁੱਖ ਹੋਇਆ, ਕਿਉਂਕਿ ਮੇਰਾ ਸਮਝਣਾ ਹੈ ਕਿ ਹਰ ਕੋਈ ਆਪਣੀ ਸਮਰੱਥਾ ਦੀ ਪਰਵਾਹ ਕੀਤੇ ਬਿਨਾਂ, ਸਤਿਕਾਰ ਅਤੇ ਸਮਝ ਦਾ ਹੱਕਦਾਰ ਹੈ। ਪਰ ਨਕਾਰਾਤਮਕਤਾ ਦੇ ਵਿਚਕਾਰ, ਆਦਮੀ ਅਚਿੰਤ ਰਿਹਾ। ਉਹ ਆਪਣੇ ਆਲੇ-ਦੁਆਲੇ ਦੇ ਫੈਸਲਿਆਂ ਤੋਂ ਬਿਨਾ ਪ੍ਰਭਾਵਿਤ ਹੋਏ, ਖਿੜਕੀ ਤੋਂ ਬਾਹਰ ਤੱਕਦਾ ਰਿਹਾ। ਉਸਦੀ ਆਪਣੀ ਸੰਗਤ ਵਿੱਚ ਉਸਦੀ ਸੱਚੀ ਖੁਸ਼ੀ ਅਤੇ ਸੰਤੁਸ਼ਟੀ ਇੱਕ ਸ਼ਕਤੀਸ਼ਾਲੀ ਯਾਦ ਦਿਵਾਉਂਦੀ ਹੈ ਕਿ ਖੁਸ਼ੀ ਦੂਜਿਆਂ ਦੇ ਵਿਚਾਰਾਂ 'ਤੇ ਨਿਰਭਰ ਨਹੀਂ ਕਰਦੀ।

ਜਿਵੇਂ ਹੀ ਬੱਸ ਚਲ ਰਹੀ ਸੀ, ਮੈਂ ਉਸ ਆਦਮੀ ਦੀ ਅਡੋਲ ਭਾਵਨਾ ਦੀ ਪ੍ਰਸ਼ੰਸਾ ਕਰਨ ਤੋਂ ਇਲਾਵਾ ਆਪਣੇ ਆਪ ਨੂੰ ਰੋਕ ਨਹੀ ਸੀ ਪਾ ਰਿਹਾ। ਉਸਨੇ ਮੈਨੂੰ ਆਪਣੇ ਆਪ ਨੂੰ ਗਲੇ ਲਾਉਣ ਅਤੇ ਆਲੋਚਨਾ ਦੇ ਬਾਵਜੂਦ ਆਪਣੇ ਅੰਦਰ ਖੁਸ਼ੀ ਲੱਭਣ ਬਾਰੇ ਇੱਕ ਮਹੱਤਵਪੂਰਨ ਸਬਕ ਸਿਖਾਇਆ। ਇੱਕ ਇਹੋ ਜਿਹੀ ਦੁਨੀਆ ਵਿੱਚ ਜਿੱਥੇ ਅਕਸਰ ਬਾਹਰੀ ਪਰਮਾਣਿਕਤਾ 'ਤੇ ਜ਼ੋਰ ਦਿੱਤਾ ਜਾਂਦਾ ਹੈ, ਉਥੇ ਆਪਣੇ ਆਪ ਵਿੱਚ ਸ਼ਾਂਤੀ ਨਾਲ ਰਹਿਣ ਦੀ ਉਸਦੀ ਯੋਗਤਾ ਸੱਚ ਮੁੱਚ ਕਮਾਲ ਦੀ ਸੀ।

ਜਿਵੇਂ ਹੀ ਬੱਸ ਦਾ ਸਫ਼ਰ ਖ਼ਤਮ ਹੋਇਆ, ਮੈਂ ਆਪਣੇ ਆਪ ਨਾਲ ਇੱਕ ਵਾਅਦਾ ਕੀਤਾ ਕਿ ਮੈਂ ਉਨ੍ਹਾਂ ਲੋਕਾਂ ਨੂੰ ਸਵੀਕਾਰ ਕਰਾਂਗਾ ਤੇ ਸਮਝਾਂਗਾ ਜੋ ਹੋਰਾਂ ਨਾਲੋਂ ਵੱਖਰੇ ਹਨ। ਉਸ ਆਦਮੀ ਦੀ ਮੌਜੂਦਗੀ ਨੇ ਮੇਰੇ ਦਿਲ 'ਤੇ ਇੱਕ ਅਮਿਟਵਾਂ ਛਾਪ ਛੱਡ ਦਿੱਤੀ ਸੀ, ਮੈਨੂੰ ਯਾਦ ਦਿਵਾਉਂਦਾ ਸੀ ਕਿ ਸੱਚੀ ਖੁਸ਼ੀ ਸਾਡੀ ਆਪਣੀ ਹੀ ਸੰਗਤ ਦੀ ਕਦਰ ਕਰਨ ਵਿੱਚ ਹੈ ਅਤੇ ਦੂਜਿਆਂ ਦੇ ਨਕਾਰਾਤਮਕ ਸ਼ਬਦਾਂ ਦਾ ਸਾਡੇ 'ਤੇ ਪ੍ਰਭਾਵ ਨਾ ਪਾਉਣ ਵਿੱਚ ਹੈ।

ਨਵੀਂ ਮਿਲੀ ਪ੍ਰੇਰਣਾ ਦੇ ਨਾਲ, ਮੈਂ ਬੱਸ ਤੋਂ ਉਤਰਿਆ, ਇੱਕ ਦਿਆਲੂ ਅਤੇ ਵਧੇਰੇ ਦਿਆਲੂ ਦ੍ਰਿਸ਼ਟੀਕੋਣ ਨਾਲ ਦੁਨੀਆ ਨੂੰ ਗਲੇ ਲਾਉਣ ਲਈ ਤਿਆਰ। ਆਖਰਕਾਰ, ਅਸੀਂ ਸਾਰੇ ਵਿਲੱਖਣ ਵਿਅਕਤੀ ਹਾਂ, ਸਤਿਕਾਰ ਅਤੇ ਸਮਝ ਦੇ ਹੱਕਦਾਰ ਹਾਂ, ਬਿਲਕੁਲ ਉਸ ਆਦਮੀ ਵਾਂਗ ਜਿਸ ਨੇ ਉਸ ਬੱਸ ਵਿੱਚ ਅਣਜਾਣੇ ਵਿੱਚ ਸਾਰਿਆਂ ਦੀਆਂ ਜ਼ਿੰਦਗੀਆਂ ਨੂੰ ਛੂ ਲਿਆ ਸੀ।

ਜਿਵੇਂ ਹੀ ਮੈਂ ਬੱਸ ਤੋਂ ਉਤਰਿਆ, ਉਸ ਆਦਮੀ ਦੀ ਮੁਸਕਰਾਹਟ ਮੇਰੇ ਦਿਮਾਗ ਵਿੱਚ ਟਿਕ ਗਈ। ਮੈਂ ਆਪਣੇ ਨਾਲ ਸਵੈ-ਸਵੀਕ੍ਰਿਤੀ ਸੰਦੇਸ਼ ਲੈ ਕੇ ਗਿਆ, ਜਿੱਥੇ ਵੀ ਮੈਂ ਗਿਆ, ਦਿਆਲਤਾ ਅਤੇ ਸਮਝ ਫੈਲਾਉਣ ਦੀ ਸਹੁੰ ਖਾਧੀ। ਉਸਦੀ ਆਪਣੀ ਸੰਗਤ ਵਿੱਚ ਉਸਦੀ ਅਟੁੱਟ ਖੁਸ਼ੀ ਤੋਂ ਪ੍ਰੇਰਿਤ ਹੋ ਕੇ, ਮੈਂ ਮਹਿਸੂਸ ਕੀਤਾ ਕਿ ਦੂਸਰਿਆਂ ਦੇ ਵਿਚਾਰ ਉਦੋਂ ਤੱਕ ਹਾਨੀ ਨਹੀਂ ਕਰਦੇ ਜਦੋਂ ਤੱਕ ਅਸੀਂ ਉਹਨਾਂ ਨੂੰ ਇਜਾਜ਼ਤ ਨਹੀਂ ਦਿੰਦੇ। ਉਸ ਦਿਨ ਤੋਂ ਅੱਗੇ, ਮੈਂ ਹਰ ਇੱਕ ਵਿਅਕਤੀ ਦੀ ਵਿਲੱਖਣਤਾ ਨੂੰ ਸਮਝਣ ਲਈ ਇੱਕ ਸੁਚੇਤ ਕੋਸ਼ਿਸ਼ ਕੀਤੀ ਜਿਸਦਾ ਮੈਂ ਸਾਹਮਣਾ ਕੀਤਾ। ਮੈਂ ਬੱਸ ਵਿਚਲੇ ਆਦਮੀ ਦੀ ਕਹਾਣੀ ਸਾਂਝੀ ਕੀਤੀ, ਦੂਜਿਆਂ ਨੂੰ ਉਹਨਾਂ ਦੀ ਆਪਣੀ ਸੰਗਤ ਦੀ ਕਦਰ ਕਰਨ ਅਤੇ ਉਹਨਾਂ ਲੋਕਾਂ ਦੇ ਨਕਾਰਾਤਮਕ ਸ਼ਬਦਾਂ ਨੂੰ ਨਜ਼ਰਅੰਦਾਜ਼ ਕਰਨ ਲਈ ਪ੍ਰੇਰਿਤ ਕਰਨ ਦੀ ਉਮੀਦ ਕਰਦੇ ਹੋਏ ਜਿੰਨਾਂ ਨੂੰ ਇਸ ਦੀ ਸਮਝ ਨਹੀਂ ਸੀ।

ਸਮੇਂ ਦੇ ਨਾਲ, ਮੈਂ ਆਪਣੇ ਆਲੇ ਦੁਆਲੇ ਦੇ ਲੋਕਾਂ ਵਿੱਚ ਇੱਕ ਤਬਦੀਲੀ ਦੇਖੀ। ਹੌਲੀ-ਹੌਲੀ ਪਰ ਯਕੀਨੀ ਤੌਰ 'ਤੇ, ਸਵੀਕ੍ਰਿਤੀ ਅਤੇ ਦਇਆ ਦਾ ਪ੍ਰਭਾਵ ਸਮਾਜ ਵਿੱਚ ਫੈਲ ਗਿਆ। ਲੋਕ ਇਹ ਸਮਝਣ ਲੱਗ ਪਏ ਕਿ ਖੁਸ਼ੀ ਦਾ ਅਸਲ ਮਾਪ ਬਾਹਰੀ ਸਰੋਤਾਂ ਤੋਂ ਪਰਮਾਣਿਕਤਾ ਦੀ ਮੰਗ ਕਰਨ ਦੀ ਬਜਾਏ ਆਪਣੇ ਆਪ ਨੂੰ ਗਲੇ ਲਾਉਣ ਅਤੇ ਮੌਜੂਦਾ ਸਮੇਂ ਵਿੱਚ ਖੁਸ਼ੀ ਲੱਭਣ ਵਿੱਚ ਹੈ।

ਇਸ ਤਰ੍ਹਾਂ, ਬੱਸ ਵਿਚਲੇ ਆਦਮੀ ਦੀ ਕਹਾਣੀ ਜ਼ਿੰਦਗੀ ਨੂੰ ਛੂਹੰਦੀ ਰਹੀ ਅਤੇ ਦ੍ਰਿਸ਼ਟੀਕੋਣ ਵਿੱਚ ਤਬਦੀਲੀ ਨੂੰ ਜਗਾਉਂਦੀ ਰਹੀ। ਉਸਦਾ ਆਪਣੀ ਸੰਗਤ ਵਿੱਚ ਸੰਤੁਸ਼ਟ ਰਹਿਣ ਦਾ ਉਸਦਾ ਸਧਾਰਣ ਕੰਮ ਇੱਕ ਸ਼ਕਤੀਸ਼ਾਲੀ ਸਬਕ ਬਣ ਗਿਆ, ਜੋ ਸਾਨੂੰ ਸਾਰਿਆਂ ਨੂੰ ਆਪਣੇ ਪ੍ਰਤੀ ਸੱਚੇ ਰਹਿਣ, ਆਪਣੀ ਵਿਲੱਖਣਤਾ ਨੂੰ ਗਲੇ ਲਾਉਣ ਅਤੇ ਦੂਜਿਆਂ ਦੀ ਨਕਾਰਾਤਮਕਤਾ ਤੋਂ ਉੱਪਰ ਉੱਠਣ ਦੀ ਯਾਦ ਦਿਵਾਉਂਦਾ ਹੈ।

ਸਾਡੇ ਸਾਰਿਆਂ ਕੋਲ ਆਪਣੀ ਖੁਸ਼ੀ ਨੂੰ ਆਕਾਰ ਦੇਣ ਦੀ ਸ਼ਕਤੀ ਹੈ। ਆਓ ਅਸੀਂ ਬੱਸ ਵਿਚਲੇ ਆਦਮੀ ਨੂੰ ਅਤੇ ਉਸ ਦੀ ਅਟਲ ਮੁਸਕਰਾਹਟ ਨੂੰ ਲਚਕੀਲੇਪਣ ਦੇ ਪ੍ਰਤੀਕ ਵਜੋਂ ਯਾਦ ਕਰੀਏ, ਜੋ ਸਾਨੂੰ ਆਪਣੇ ਅੰਦਰ ਖੁਸ਼ੀ ਲੱਭਣ ਲਈ ਪ੍ਰੇਰਿਤ ਕਰਦੀ ਹੈ ਅਤੇ ਉਸ ਖੁਸ਼ੀ ਨੂੰ ਦੁਨੀਆ ਵਿੱਚ ਫੈਲਾਉਂਦੀ ਹੈ।

ਸ਼ੀਸਾ

ਇੱਕ ਵਾਰ ਦੀ ਗੱਲ ਹੈ, ਸੰਘਣੇ ਜੰਗਲਾਂ ਵਿੱਚ ਘਿਰੇ ਇੱਕ ਛੋਟੇ ਜਿਹੇ ਪਿੰਡ ਵਿੱਚ ਆਵਾ ਨਾਮ ਦੀ ਇੱਕ ਕੁੜੀ ਰਹਿੰਦੀ ਸੀ। ਆਵਾ ਇੱਕ ਉਤਸੁਕ ਕੁੜੀ ਸੀ ਜੋ ਜੰਗਲਾਂ ਦੀ ਪੜਚੋਲ ਕਰਨਾ ਅਤੇ ਇਸਦੇ ਭੇਦ ਖੋਲ੍ਹਣਾ ਪਸੰਦ ਕਰਦੀ ਸੀ। ਇੱਕ ਦਿਨ, ਜੰਗਲ ਦੀ ਖੋਜ ਕਰਦੇ ਹੋਏ, ਆਵਾ ਨੇ ਝਾੜੀਆਂ ਵਿੱਚ ਪਏ ਇੱਕ ਪੁਰਾਣੇ, ਟੁੱਟੇ ਹੋਏ ਸ਼ੀਸ਼ੇ ਨੂੰ ਠੋਕਰ ਮਾਰ ਦਿੱਤੀ। ਉਸਨੇ ਇਸਨੂੰ ਚੁੱਕਿਆ ਅਤੇ ਦੇਖਿਆ ਕਿ ਕੱਚ ਅਜੇ ਵੀ ਬਰਕਰਾਰ ਸੀ ਅਤੇ ਸੂਰਜ ਦੀਆਂ ਕਿਰਨਾਂ ਪੈਣ ਤੇ ਚਮਕ ਰਿਹਾ ਸੀ। ਸ਼ੀਸ਼ੇ ਬਾਰੇ ਉਤਸੁਕ, ਆਵਾ ਇਸ ਨੂੰ ਆਪਣੇ ਨਾਲ ਘਰ ਲੈ ਆਈ ਅਤੇ ਇਸਨੂੰ ਆਪਣੇ ਡ੍ਰੈਸਰ 'ਤੇ ਰੱਖ ਦਿੱਤਾ। ਉਸ ਰਾਤ, ਜਦੋਂ ਉਹ ਸੌਣ ਲਈ ਤਿਆਰ ਹੋ ਰਹੀ ਸੀ, ਆਵਾ ਨੇ ਦੇਖਿਆ ਕਿ ਸ਼ੀਸ਼ੇ ਵਿੱਚ ਪ੍ਰਤਿਬਿੰਬ ਉਸਦਾ ਆਪਣਾ ਨਹੀਂ ਸੀ। ਉਸਨੇ ਇੱਕ ਰਹੱਸਮਈ ਔਰਤ ਦੀ ਮੂਰਤ ਨੂੰ ਲੰਬੇ ਵਾਲਾਂ ਅਤੇ ਇੱਕ ਗੂੜ੍ਹੇ ਕੱਪੜੇ ਨਾਲ ਦੇਖਿਆ। ਆਵਾ ਡਰ ਗਈ ਅਤੇ ਭੱਜਣ ਦੀ ਕੋਸ਼ਿਸ਼ ਕੀਤੀ, ਪਰ ਉਸਦੇ ਪੈਰ ਹੀ ਨਹੀਂ ਹਿੱਲੇ। ਰਹੱਸਮਈ ਔਰਤ ਨੇ ਸ਼ੀਸ਼ੇ ਰਾਹੀਂ ਆਵਾ ਨਾਲ ਗੱਲ ਕੀਤੀ, ਇਹ ਖੁਲਾਸਾ ਕੀਤਾ ਕਿ ਉਹ ਇੱਕ ਸ਼ਕਤੀਸ਼ਾਲੀ ਜਾਦੂਗਰਨੀ ਸੀ ਜੋ ਸਦੀਆਂ ਤੋਂ ਸ਼ੀਸ਼ੇ ਦੇ ਅੰਦਰ ਫਸ ਗਈ ਸੀ। ਜਾਦੂਗਰਨੀ ਨੇ ਆਵਾ ਨੂੰ ਦੱਸਿਆ ਕਿ ਉਸ ਨੂੰ ਆਜ਼ਾਦ ਕਰਨ ਦਾ ਇੱਕੋ ਇੱਕ ਤਰੀਕਾ ਆਵਾ ਲਈ ਸ਼ੀਸ਼ੇ ਦੇ ਗੁੰਮ ਹੋਏ ਟੁਕੜਿਆਂ ਨੂੰ ਲੱਭਣ ਅਤੇ ਉਹਨਾਂ ਨੂੰ

ਵਾਪਸ ਲਿਆਉਣ ਲਈ ਇੱਕ ਖਤਰਨਾਕ ਯਾਤਰਾ 'ਤੇ ਜਾਣਾ ਸੀ। ਜਾਦੂਗਰਨੀ ਨੇ ਆਵਾ ਨਾਲ ਵਾਅਦਾ ਕੀਤਾ ਕਿ ਉਹ ਉਸਦੀ ਮਦਦ ਦੇ ਬਦਲੇ ਉਸਨੂੰ ਤਿੰਨ ਇੱਛਾਵਾਂ ਦੇਵੇਗੀ।

ਜਾਦੂਗਰਨੀ ਦੀ ਮਦਦ ਕਰਨ ਲਈ ਦ੍ਰਿੜ ਇਰਾਦੇ ਨਾਲ, ਆਵਾ ਨੇ ਜੰਗਲ ਦੇ ਖ਼ਤਰਿਆਂ ਦਾ ਸਾਹਮਣਾ ਕਰਦੇ ਹੋਏ ਅਤੇ ਰਸਤੇ ਵਿੱਚ ਰੁਕਾਵਟਾਂ ਦਾ ਸਾਹਮਣਾ ਕਰਦੇ ਹੋਏ ਆਪਣੀ ਯਾਤਰਾ ਤੇ ਤੁਰ ਪਈ। ਉਸਨੇ ਅਜੀਬ ਜੀਵਾਂ ਦਾ ਸਾਹਮਣਾ ਕੀਤਾ, ਪਹੇਲੀਆਂ ਹੱਲ ਕੀਤੀਆਂ, ਅਤੇ ਉਹਨਾਂ ਲੋਕਾਂ ਨੂੰ ਮਿਲੀ ਜੋ ਉਸਦੀ ਮਦਦ ਕਰਨ ਦੀ ਪੇਸ਼ਕਸ਼ ਕਰਦੇ ਸਨ। ਆਖਰਕਾਰ, ਆਵਾ ਆਪਣੀ ਭਾਲ ਵਿੱਚ ਸਫਲ ਹੋ ਗਈ ਅਤੇ ਸ਼ੀਸ਼ੇ ਦੇ ਸਾਰੇ ਗੁੰਮ ਹੋਏ ਟੁਕੜਿਆਂ ਨਾਲ ਜਾਦੂਗਰਨੀ ਕੋਲ ਵਾਪਸ ਆ ਗਈ। ਜਾਦੂਗਰਨੀ ਨੇ ਆਪਣਾ ਵਾਅਦਾ ਨਿਭਾਇਆ ਅਤੇ ਆਵਾ ਨੂੰ ਤਿੰਨ ਇੱਛਾਵਾਂ ਦਿੱਤੀਆਂ। ਆਵਾ ਨੇ ਆਪਣੀਆਂ ਇੱਛਾਵਾਂ ਨੂੰ ਸਮਝਦਾਰੀ ਨਾਲ ਵਰਤਿਆ ਅਤੇ ਜਾਦੂਗਰਨੀ ਨੂੰ ਅੰਤ ਵਿੱਚ ਸ਼ੀਸ਼ੇ ਵਿੱਚ ਉਸਦੀ ਕੈਦ ਤੋਂ ਰਿਹਾ ਕਰ ਦਿੱਤਾ। ਹਾਲਾਂਕਿ, ਆਵਾ ਨੂੰ ਜਲਦੀ ਹੀ ਅਹਿਸਾਸ ਹੋਇਆ ਕਿ ਉਸਦੀ ਯਾਤਰਾ ਅਜੇ ਖਤਮ ਨਹੀਂ ਹੋਈ ਸੀ। ਜਾਦੂਗਰਨੀ ਕੋਲ ਉਸਦੇ ਲਈ ਇੱਕ ਆਖਰੀ ਚੁਣੌਤੀ ਸੀ। ਜਾਦੂਗਰਨੀ ਨੇ ਖੁਲਾਸਾ ਕੀਤਾ ਕਿ ਸ਼ੀਸ਼ਾ ਸਿਰਫ ਕੋਈ ਆਮ ਸ਼ੀਸ਼ਾ ਨਹੀਂ ਸੀ, ਸਗੋਂ ਇੱਕ ਸ਼ਕਤੀਸ਼ਾਲੀ ਜਾਦੂਈ ਕਲਾ ਕ੍ਰਿਤੀ ਸੀ ਜੋ ਕਿਸੇ ਵੀ ਵਿਅਕਤੀ ਨੂੰ ਅਮਰਤਾ ਪ੍ਰਦਾਨ ਕਰ ਸਕਦੀ ਸੀ। ਜਾਦੂਗਰਨੀ ਇੰਨੇ ਲੰਬੇ ਸਮੇਂ ਤੋਂ ਸ਼ੀਸ਼ੇ ਵਿੱਚ ਫਸ ਗਈ ਸੀ ਕਿਉਂਕਿ ਉਸਨੇ ਇਸਨੂੰ ਸੁਆਰਥੀ ਉਦੇਸ਼ਾਂ ਲਈ ਵਰਤਿਆ ਸੀ ਅਤੇ ਉਸਦੀ ਸ਼ਕਤੀ ਦੁਆਰਾ ਭ੍ਰਿਸ਼ਟ ਹੋ ਗਈ ਸੀ। ਜਾਦੂਗਰਨੀ ਨੇ ਆਵਾ ਨੂੰ ਦੱਸਿਆ ਕਿ ਉਸਦੇ ਲਈ ਇੱਕ ਆਖਰੀ ਇਮਤਿਹਾਨ ਹੈ। ਜੇ ਆਵਾ ਸ਼ੀਸ਼ੇ ਦੀ ਸ਼ਕਤੀ ਦੇ ਪਰਤਾਵੇ ਦਾ ਵਿਰੋਧ ਕਰ ਸਕਦੀ ਹੈ ਅਤੇ ਇਸਨੂੰ ਨਸ਼ਟ ਕਰ ਸਕਦੀ ਹੈ, ਤਾਂ ਉਹ ਆਪਣੇ ਆਪ ਨੂੰ ਇੱਕ ਸੱਚਾ ਇਨਸਾਨ ਸਾਬਤ ਕਰੇਗੀ

ਅਤੇ ਉਸ ਨੂੰ ਇੱਕ ਜਾਦੂਈ ਤੋਹਫ਼ੇ ਨਾਲ ਨਿਵਾਜਿਆ ਜਾਵੇਗਾ। ਜੇ ਆਵਾ ਨੇ ਆਪਣੇ ਸੁਆਰਥੀ ਉਦੇਸ਼ਾਂ ਲਈ ਸ਼ੀਸ਼ੇ ਦੀ ਵਰਤੋਂ ਕਰਨ ਦੀ ਚੋਣ ਕੀਤੀ, ਤਾਂ ਉਹ ਜਾਦੂਗਰਨੀ ਵਾਂਗ ਹੀ ਕਿਸਮਤ ਭੋਗੇਗੀ ਅਤੇ ਹਮੇਸ਼ਾ ਲਈ ਸ਼ੀਸ਼ੇ ਵਿੱਚ ਫਸ ਜਾਵੇਗੀ।

ਆਵਾ ਨੂੰ ਇੱਕ ਮੁਸ਼ਕਲ ਫੈਸਲੇ ਦਾ ਸਾਹਮਣਾ ਕਰਨਾ ਪਿਆ। ਅਮਰ ਹੋਣ ਦਾ ਲਾਲਚ ਵੀ ਬਹੁਤ ਮਜ਼ਬੂਤ ਸੀ, ਤੇ ਸਹੀ ਅਤੇ ਗਲਤ ਦੀ ਸਮਝ ਵੀ। ਅੰਤ ਵਿੱਚ, ਆਵਾ ਨੇ ਸ਼ੀਸ਼ੇ ਨੂੰ ਨਸ਼ਟ ਕਰਨ ਦੀ ਚੋਣ ਕੀਤੀ, ਇਸ ਤਰ੍ਹਾਂ ਜਾਦੂਗਰਨੀ ਨੂੰ ਮੁਕਤ ਕੀਤਾ ਅਤੇ ਉਸਦਾ ਇਨਾਮ ਕਮਾਇਆ। ਜਾਦੂਗਰਨੀ, ਆਵਾ ਦੀ ਬਹਾਦਰੀ ਅਤੇ ਨਿਹਸਵਾਰਥ ਲਈ ਸ਼ੁਕਰਗੁਜ਼ਾਰ ਹੋਈ ਤੇ ਆਵਾ ਨੂੰ ਤੱਤਾਂ ਨੂੰ ਨਿਯੰਤਰਤ ਕਰਨ ਦੀ ਸਮਰੱਥਾ ਅਤੇ ਉਸਦੇ ਆਲੇ ਦੁਆਲੇ ਦੇ ਸਾਰੇ ਲੋਕਾਂ ਨੂੰ ਖੁਸ਼ੀਆਂ ਲਿਆਉਣ ਦੀ ਸ਼ਕਤੀ ਦਿੱਤੀ।

ਆਵਾ ਇੱਕ ਨਾਇਕ ਦੇ ਰੂਪ ਵਿੱਚ ਆਪਣੇ ਪਿੰਡ ਵਾਪਸ ਪਰਤ ਆਈ ਅਤੇ ਇੱਕ ਲੰਮਾ ਅਤੇ ਸੰਪੂਰਨ ਜੀਵਨ ਬਤੀਤ ਕੀਤਾ, ਜਿੱਥੇ ਵੀ ਉਹ ਗਈ ਖੁਸ਼ੀ ਫੈਲਾਈ ਅਤੇ ਟੁੱਟਿਆ ਹੋਇਆ ਸ਼ੀਸ਼ਾ ਮੁੜ ਕੇ ਨਹੀਂ ਦਿੱਖਿਆ।

ਵੰਝਲੀ

ਅਫ਼ਗਾਨਿਸਤਾਨ ਦੇ ਗਜ਼ਨੀ ਸੂਬੇ ਦਾ ਰਹਿਣ ਵਾਲਾ ਜਨਾਨ ਦੁੱਖ ਦੀ ਗਹਿਰਾਈ ਨੂੰ ਚੰਗੀ ਤਰ੍ਹਾਂ ਜਾਣਦਾ ਸੀ। ਯੁੱਧ ਦੀਆਂ ਗੂੰਜਾਂ ਨੇ ਉਸਦੇ ਦੋ ਪਿਆਰੇ ਪੁੱਤਰਾਂ ਨੂੰ ਖੋਹ ਲਿਆ ਸੀ, ਉਸਦਾ ਦਿਲ ਗਮ ਨਾਲ ਭਾਰੀ ਹੋ ਗਿਆ ਸੀ ਅਤੇ ਉਸਦੀ ਆਤਮਾ ਨਿਰਾਸ਼ਾ ਵਿੱਚ ਡੁੱਬ ਗਈ ਸੀ। ਸੰਘਰਸ਼ ਨਾਲ ਤਬਾਹ ਹੋਈ ਧਰਤੀ ਵਿੱਚ, ਉਸਦੀ ਜ਼ਿੰਦਗੀ ਦਰਦ ਅਤੇ ਘਾਟੇ ਦਾ ਇੱਕ ਨਿਰੰਤਰ ਚੱਕਰ ਬਣ ਗਈ ਸੀ। ਆਪਣੇ ਪਿੰਡ ਦੇ ਵੱਧਦੇ-ਫੁੱਲਦੇ ਖੰਡਰਾਂ ਦੇ ਵਿਚਕਾਰ, ਜਨਾਨ ਨੂੰ ਇੱਕ ਅਚਾਨਕ ਸਾਥੀ, ਇੱਕ ਨਿਮਰ ਲੱਕੜ ਦੀ ਵੰਝਲੀ ਵਿੱਚ ਸਕੂਨ ਮਿਲਿਆ। ਜੰਗ ਦੀ ਹਫੜਾ-ਦਫੜੀ ਤੋਂ ਅਛੂਤ ਵੰਝਲੀ ਉਸਨੂੰ ਇਸ਼ਾਰਾ ਕਰਦੀ ਜਾਪਦੀ ਸੀ, ਜਿਵੇਂ ਉਸ ਦੇ ਚੁੱਪ ਮੂੰਹ ਰਾਹੀਂ ਦਿਲਾਸਾ ਦੇ ਸ਼ਬਦ ਬੋਲ ਰਹੇ ਹੋਣ।

ਸ਼ਾਮ ਦੇ ਸਮੇਂ, ਜਿਵੇਂ ਹੀ ਸੂਰਜ ਹੇਠਾਂ ਡੁੱਬਦਾ ਸੀ, ਜਨਾਨ ਇੱਕ ਖ਼ਰਾਬ ਹੋਈ ਚਟਾਈ 'ਤੇ ਬੈਠ ਜਾਂਦਾ ਸੀ, ਉਸ ਦੀਆਂ ਉਂਗਲਾਂ ਹੌਲੀ-ਹੌਲੀ ਵੰਝਲੀ ਦੇ ਬੁੱਢੇ ਹੋਏ ਸਰੀਰ ਨੂੰ ਸੰਭਾਲਦੀਆਂ ਸਨ। ਹਰ ਸਾਹ ਦੇ ਨਾਲ, ਉਸਨੇ ਆਪਣੀ ਪੀੜ, ਆਪਣੀ ਤਾਂਘ ਅਤੇ ਆਪਣੇ ਅਣਕਹੇ ਸ਼ਬਦਾਂ ਨੂੰ ਸਾਜ਼ ਵਿੱਚੋਂ ਵਗਦੀਆਂ ਧੁਨਾਂ ਵਿੱਚ ਢੇਲ ਦਿੱਤਾ। ਵੰਝਲੀ ਉਸ ਦੀ ਭਰੋਸੇਮੰਦ, ਉਸ ਦੀ ਡਾਕਟਰ, ਅਤੇ ਉਸ ਦੇ ਆਲੇ ਦੁਆਲੇ ਦੀਆਂ ਕਠੋਰ ਹਕੀਕਤਾਂ ਤੋਂ ਉਸਦੀ ਪਨਾਹ ਬਣ

ਗਈ। ਜਨਾਨ ਦੀ ਵੰਝਲੀ ਵਿੱਚੋਂ ਨਿਕਲਣ ਵਾਲੀਆਂ ਧੁਨਾਂ ਸਮੇਂ ਅਤੇ ਜਗ੍ਹਾ ਨੂੰ ਪਾਰ ਕਰਦੀਆਂ, ਉਜਾੜ ਵਾਦੀਆਂ ਵਿੱਚੋਂ ਦੀ ਗੂੰਜਦੀਆਂ ਅਤੇ ਉੱਪਰ ਆਕਾਸ਼ ਤੱਕ ਪਹੁੰਚਦੀਆਂ ਜਾਪਦੀਆਂ ਸਨ। ਆਪਣੇ ਹੀ ਦੁੱਖਾਂ ਦੇ ਬੋਝ ਹੇਠ ਦੱਬੇ ਪਿੰਡ ਵਾਸੀਆਂ ਨੂੰ ਉਸ ਦੇ ਸੰਗੀਤ ਵਿੱਚ ਸਕੂਨ ਮਿਲਿਆ। ਉਹ ਆਪਣੇ ਉਦਾਸ ਚਿਹਰੇ ਲੈ ਕੇ ਉਸ ਦੇ ਦੁਆਲੇ ਇਕੱਠੇ ਹੁੰਦੇ, ਅਤੇ ਉਹ ਇਕੱਠੇ ਹੋ ਕੇ ਆਪਣੇ ਸਮੁਹਿਕ ਦਰਦ ਦਾ ਭਾਰ ਸਾਂਝਾ ਕਰਦੇ।

ਜਨਾਨ ਦੇ ਦੁੱਖ ਨੇ ਉਸ ਨੂੰ ਕੌੜਾ ਜਾਂ ਨਰਾਜ਼ ਨਹੀਂ ਸੀ ਕੀਤਾ; ਸਗੋਂ ਇਸ ਨੇ ਉਸ ਨੂੰ ਇੱਕ ਸੂਝਵਾਨ ਬੁੱਧੀ ਵਾਲੇ ਇਨਸਾਨ ਵੱਜੋਂ ਨਿਖਾਰਿਆ ਸੀ। ਆਪਣੇ ਸੰਘਰਸ਼ਾਂ ਦੇ ਬਾਵਜੂਦ, ਉਸਨੇ ਕਦੇ ਵੀ ਸ਼ੁਕਰਗੁਜ਼ਾਰੀ ਦੀ ਨਜ਼ਰ ਨਹੀਂ ਛੱਡੀ, ਆਪਣੇ ਪੁੱਤਰਾਂ ਦੀਆਂ ਯਾਦਾਂ ਨੂੰ ਸੰਭਾਲਿਆ ਅਤੇ ਉਹਨਾਂ ਦੁਆਰਾ ਸਾਂਝੇ ਕੀਤੇ ਪਿਆਰ ਵਿੱਚ ਤਸੱਲੀ ਪ੍ਰਾਪਤ ਕੀਤੀ। ਉਹ ਜਾਣਦਾ ਸੀ ਕਿ ਜ਼ਿੰਦਗੀ ਨਾਜ਼ੁਕ ਸੀ, ਸ਼ਾਂਤੀ ਨਹੀ ਸੀ, ਫਿਰ ਵੀ ਉਹ ਇਸ ਵਿਸ਼ਵਾਸ ਨਾਲ ਚਿਪਕਿਆ ਹੋਇਆ ਸੀ ਕਿ ਇਹ ਸਭ ਕੁਝ ਲੰਘ ਜਾਵੇਗਾ ਤੇ ਹੌਲੀ-ਹੌਲੀ ਸਭ ਠੀਕ ਹੋ ਜਾਵੇਗਾ। ਜਿਵੇਂ-ਜਿਵੇਂ ਸਾਲ ਬੀਤਦੇ ਗਏ, ਜਨਾਨ ਦੀਆਂ ਧੁਨਾਂ ਲਚਕੀਲੇਪਣ ਦਾ ਪ੍ਰਤੀਕ ਬਣ ਗਈਆਂ, ਮਨੁੱਖੀ ਆਤਮਾ ਦੇ ਹਨੇਰ ਪਲਾਂ ਤੋਂ ਉੱਪਰ ਉੱਠਣ ਦੀ ਯੋਗਤਾ ਦਾ ਪ੍ਰਮਾਣ। ਉਸ ਦਾ ਸੰਗੀਤ ਗਜ਼ਨੀ ਸੂਬੇ ਦੀਆਂ ਸਰਹੱਦਾਂ ਤੋਂ ਬਹੁਤ ਦੂਰ ਤੱਕ ਸਫ਼ਰ ਕਰਦਾ ਹੈ, ਉਨ੍ਹਾਂ ਲੋਕਾਂ ਦੇ ਦਿਲਾਂ ਨੂੰ ਛੂ ਜਾਂਦਾ ਹੈ ਜਿਨ੍ਹਾਂ ਨੇ ਕਦੇ ਵੀ ਇਸ ਦੀ ਜੰਗ-ਗ੍ਰਸਤ ਧਰਤੀ 'ਤੇ ਪੈਰ ਨਹੀਂ ਰੱਖਿਆ ਸੀ। ਆਪਣੀ ਵੰਝਲੀ ਦੁਆਰਾ, ਜਨਾਨ ਇੱਕ ਉਮੀਦ ਦਾ ਦੂਤ ਬਣ ਗਿਆ, ਇੱਕ ਆਵਾਜ਼ ਜੋ ਉਹਨਾਂ ਲੋਕਾਂ ਨੂੰ ਤਾਕਤ ਦਿੰਦੀ ਹੈ ਜੋ ਆਪਣਾ ਰਾਹ ਗੁਆ ਚੁੱਕੇ ਸਨ।

ਇੱਕ ਦਿਨ, ਇੱਕ ਥੱਕਿਆ ਹੋਇਆ ਮੁਸਾਫ਼ਰ ਵੰਝਲੀ ਦੀਆਂ ਮਨਮੋਹਕ ਧੁਨਾਂ ਦੀਆਂ ਕਹਾਣੀਆਂ ਦੁਆਰਾ ਖਿੱਚਿਆ ਗਜ਼ਨੀ ਵਿੱਚ ਪਹੁੰਚਿਆ। ਆਪਣੇ ਦੁੱਖਾਂ ਦੇ ਬੋਝ ਹੇਠ ਦੱਬੇ ਅਜਨਬੀ ਨੇ ਜਨਾਨ

ਦੀ ਹਜ਼ੂਰੀ ਵਿੱਚ ਦਿਲਾਸਾ ਮੰਗਿਆ। ਜਿਵੇਂ ਹੀ ਦੋਵੇਂ ਤਾਰਿਆਂ ਵਾਲੇ ਅਸਮਾਨ ਦੇ ਹੇਠਾਂ ਬੈਠੇ, ਯਾਤਰੀ ਨੇ ਆਪਣੀਆਂ ਕਹਾਣੀਆਂ ਸਾਂਝੀਆਂ ਕੀਤੀਆਂ, ਉਸਦੀ ਆਵਾਜ਼ ਦੁਖ ਨਾਲ ਕੰਬ ਰਹੀ ਸੀ। ਬੁੱਧੀਮਾਨ ਅਤੇ ਦਿਆਲੂ ਜਨਾਨ ਨੇ ਆਪਣੀ ਵੰਝਲੀ ਨੂੰ ਜਵਾਬ ਦੇਣ ਦੀ ਇਜਾਜ਼ਤ ਦਿੱਤੀ, ਇਸਦੀ ਧੁਨ ਨੇ ਹਮਦਰਦੀ ਅਤੇ ਸਮਝ ਦੀ ਇੱਕ ਕਲਾ-ਕ੍ਰਿਤੀ ਬੁਣੀ। ਉਸ ਪਲ ਵਿੱਚ, ਦੋ ਰੂਹਾਂ ਵਿਚਕਾਰ ਇੱਕ ਡੂੰਘਾ ਸਬੰਧ ਬਣ ਗਿਆ ਸੀ। ਮੁਸਾਫ਼ਰ ਨੂੰ ਧੁਨਾਂ ਵਿੱਚ ਸਕੂਨ ਮਿਲਦਾ ਹੈ, ਜਿਵੇਂ ਕਿ ਉਹ ਉਸਦੇ ਬੋਝ ਦਾ ਭਾਰ ਚੁਕਦੀਆਂ ਹਨ, ਭਾਵੇਂ ਕੁਝ ਸਮੇਂ ਲਈ ਹੀ, ਵੰਝਲੀ ਸਿਰਫ ਇੱਕ ਸਾਜ਼ ਹੀ ਨਹੀਂ ਸੀ; ਇਹ ਇਲਾਜ ਲਈ ਇੱਕ ਭਾਂਡਾ, ਲਚਕੀਲੇਪਣ ਲਈ ਇੱਕ ਨਦੀ, ਅਤੇ ਉਮੀਦ ਦੀ ਇੱਕ ਕਿਰਨ ਬਣ ਗਿਆ ਸੀ।

ਜਨਾਨ ਦੀ ਯਾਤਰਾ ਖਤਮ ਹੋਣ ਤੋਂ ਬਹੁਤ ਦੂਰ ਸੀ, ਅਤੇ ਉਸਦਾ ਦਰਦ ਇੱਕ ਕੌੜੀ ਮਿੱਠੀ ਧੁਨ ਵਾਂਗ ਉਸਦੇ ਅੰਦਰ ਲਟਕ ਰਿਹਾ ਸੀ। ਪਰ ਆਪਣੀ ਵੰਝਲੀ ਅਤੇ ਅਟੁੱਟ ਵਿਸ਼ਵਾਸ ਨਾਲ ਲੈਸ ਕਿ ਸਭ ਕੁਝ ਠੀਕ ਹੋ ਜਾਵੇਗਾ, ਉਸਨੇ ਆਪਣਾ ਸੰਗੀਤ, ਆਪਣੀਆਂ ਕਹਾਣੀਆਂ ਅਤੇ ਆਪਣੀ ਬੁੱਧੀ ਨੂੰ ਉਹਨਾਂ ਲੋਕਾਂ ਨਾਲ ਸਾਂਝਾ ਕਰਨਾ ਜਾਰੀ ਰੱਖਿਆ ਜਿਨ੍ਹਾਂ ਨੂੰ ਇਸਦੀ ਸਭ ਤੋਂ ਵੱਧ ਲੋੜ ਸੀ। ਅਤੇ ਅਜਿਹਾ ਕਰਦੇ ਹੋਏ, ਉਸਨੇ ਦੁਨੀਆ ਨੂੰ ਸਿਖਾਇਆ ਕਿ ਸਭ ਤੋਂ ਹਨੇਰੇ ਸਮੇਂ ਵਿੱਚ ਵੀ, ਮਨੁੱਖੀ ਆਤਮਾ ਵਿੱਚ ਸਹਿਣ, ਚੰਗਾ ਕਰਨ ਅਤੇ ਸਭ ਤੋਂ ਸਰਲ ਧੁਨਾਂ ਵਿੱਚ ਤਸੱਲੀ ਪ੍ਰਾਪਤ ਕਰਨ ਦੀ ਸ਼ਕਤੀ ਹੁੰਦੀ ਹੈ। ਜਨਾਨ ਲਈ, ਵੰਝਲੀ ਨਿਰਾਸ਼ਾ ਅਤੇ ਇਕੱਲਤਾ ਦੇ ਸਾਥੀ ਤੋਂ ਵੱਧ ਸੀ; ਇਹ ਯਾਦ ਦਿਵਾਉਂਦੀ ਸੀ ਕਿ ਸੁੰਦਰਤਾ ਅਜੇ ਵੀ ਦੁਖਾਂਤ ਦੀਆਂ ਡੂੰਘਾਈ ਵਿੱਚੋਂ ਉਭਰ ਸਕਦੀ ਹੈ। ਜਦੋਂ ਉਹ ਵੰਝਲੀ ਵਜਾਉਂਦਾ ਸੀ, ਉਸਦਾ ਦਿਲ ਉਸਦੇ ਪੁੱਤਰਾਂ ਦੀਆਂ ਯਾਦਾਂ, ਉਹਨਾਂ ਦੇ ਹਾਸੇ, ਅਤੇ ਉਹਨਾਂ ਸੁਪਨਿਆਂ ਨਾਲ ਭਰ ਜਾਂਦਾ ਸੀ ਜੋ ਉਹਨਾਂ ਕਦੇ ਲਏ ਸਨ।

ਧੁਨਾਂ ਰਾਹੀਂ, ਉਸਨੇ ਉਨ੍ਹਾਂ ਦੇ ਹੌਂਸਲੇ ਨੂੰ ਜ਼ਿੰਦਾ ਰੱਖਿਆ, ਪਿਆਰ ਦੀ ਲਾਟ ਨੂੰ ਪਾਲਿਆ ਜੋ ਜੰਗ ਕਦੇ ਬੁਝਾ ਨਹੀਂ ਸਕਦੀ। ਪਿੰਡ ਵਾਸੀ, ਜੋ ਜਨਾਨ ਦਾ ਪਰਿਵਾਰ ਬਣ ਗਏ ਸੀ, ਉਸ ਦੀ ਨਿਮਰਤਾ ਅਤੇ ਸੰਗੀਤ ਦੇ ਉਨ੍ਹਾਂ ਦੀਆਂ ਰੂਹਾਂ ਨੂੰ ਛੂਹਣ ਦੇ ਤਰੀਕੇ ਤੋਂ ਹੈਰਾਨ ਹੋਏ। ਉਨ੍ਹਾਂ ਨੇ ਆਪਣੇ ਵਿਚਕਾਰ ਇੱਕ ਤਬਦੀਲੀ ਦੇਖੀ-ਇੱਕ ਆਮ ਆਦਮੀ, ਜੋ ਕਿ ਸੋਚ ਤੋਂ ਵੀ ਪਰੇ ਦੇ ਘਾਟੇ ਦੇ ਬੋਝ ਵਿੱਚ ਹੈ, ਇੱਕ ਰੋਸ਼ਨੀ ਬਣ ਗਿਆ ਸੀ, ਜੋ ਲੋਕਾਂ ਨੂੰ ਹਨੇਰੀਆਂ ਰਾਤਾਂ ਵਿੱਚ ਅਗਵਾਈ ਕਰਦਾ ਸੀ।

ਜਨਾਨ ਦੇ ਅਟੁੱਟ ਵਿਸ਼ਵਾਸ ਤੋਂ ਪ੍ਰੇਰਿਤ ਹੋ ਕੇ, ਪਿੰਡ ਦੇ ਲੋਕ ਇਕੱਠੇ ਹੋਏ, ਨਾ ਸਿਰਫ ਆਪਣੇ ਘਰ, ਸਗੋਂ ਆਪਣੀਆਂ ਟੁੱਟੀਆਂ ਉਮੀਦਾਂ ਅਤੇ ਸੁਪਨਿਆਂ ਨੂੰ ਵੀ ਦੁਬਾਰਾ ਬਣਾਇਆ। ਆਪਣੇ ਸਮੂਹਕ ਜਤਨਾਂ ਵਿੱਚ, ਉਨ੍ਹਾਂ ਨੇ ਤਾਕਤ ਅਤੇ ਏਕਤਾ ਪਾਈ, ਇਹ ਜਾਣਦੇ ਹੋਏ ਕਿ ਯੁੱਧ ਦੀਆਂ ਗੂੰਜਾਂ ਉਨ੍ਹਾਂ ਦੀ ਭਾਵਨਾ ਨੂੰ ਕਦੇ ਵੀ ਚੁੱਪ ਨਹੀਂ ਕਰ ਸਕਦੀਆਂ। ਜਨਾਨ ਦਾ ਸੰਗੀਤ ਉਨ੍ਹਾਂ ਦੀ ਜੰਗ-ਗ੍ਰਸਤ ਧਰਤੀ ਦੀਆਂ ਸੀਮਾਵਾਂ ਤੋਂ ਪਰੇ ਗੁੰਜਦਾ ਇੱਕ ਹੂਕ ਦਾ ਰੌਲਾ-ਰੱਪਾ ਬਣ ਗਿਆ। ਦੂਰੋਂ-ਦੂਰੋਂ ਲੋਕ, ਆਪਣੇ ਗਮ ਦਾ ਭਾਰ ਚੁੱਕਣ ਵਾਲੀ ਵੰਝਲੀ ਨੂੰ ਸੁਣਨ ਲਈ ਆਉਂਦੇ ਸਨ। ਉਨ੍ਹਾਂ ਨੇ ਮਹਿਸੂਸ ਕੀਤਾ ਕਿ ਉਨ੍ਹਾਂ ਦੇ ਦਿਲ ਦੁਖਦੇ ਹਨ, ਫਿਰ ਵੀ ਹਵਾ 'ਤੇ ਨੱਚਣ ਵਾਲੀਆਂ ਧੁਨਾਂ ਵਿੱਚ ਤਸੱਲੀ ਪ੍ਰਾਪਤ ਹੁੰਦੀ ਹੈ। ਆਪਣੀ ਵੰਝਲੀ ਰਾਹੀਂ, ਜਨਾਨ ਨਾ ਸਿਰਫ ਆਪਣੇ ਪਿੰਡ ਲਈ ਹੀ ਨੀ, ਸਗੋਂ ਆਪਣੇ ਜ਼ਖਮਾਂ ਨੂੰ ਭਰਨ ਦੀ ਕੋਸ਼ਿਸ਼ ਕਰਨ ਵਾਲਿਆਂ ਲਈ ਵਸੀਲਾ ਬਣ ਗਿਆ। ਉਸਦੀ ਕਹਾਣੀ ਸੱਤਾ ਦੇ ਅਹੁਦਿਆਂ 'ਤੇ ਬੈਠੇ ਲੋਕਾਂ ਦੇ ਕੰਨਾਂ ਤੱਕ ਪਹੁੰਚੀ, ਅਤੇ ਉਨ੍ਹਾਂ ਨੇ ਮਹਿਸੂਸ ਕੀਤਾ ਕਿ ਲੋਕਾਂ ਦੀ ਤਾਕਤ ਯੁੱਧ ਦੇ ਵਿਨਾਸ਼ ਵਿੱਚ ਨਹੀਂ, ਸਗੋਂ ਦਇਆ ਅਤੇ ਏਕਤਾ ਦੀ ਸ਼ਕਤੀ ਵਿੱਚ ਹੁੰਦੀ ਹੈ।

ਜਨਾਨ ਨੂੰ ਵਿਸ਼ਵ ਨੇਤਾਵਾਂ ਦੇ ਇੱਕ ਇਕੱਠ ਵਿੱਚ ਪ੍ਰਦਰਸ਼ਨ ਕਰਨ ਲਈ ਸੱਦਾ ਦਿੱਤਾ ਗਿਆ ਜੋ ਇੱਕ ਵੰਡੀ ਹੋਈ ਦੁਨੀਆ ਵਿੱਚ

ਸ਼ਾਂਤੀ ਦੀ ਮੰਗ ਕਰਦੇ ਸਨ। ਉਹ ਉਨ੍ਹਾਂ ਦੇ ਸਾਹਮਣੇ ਖੜ੍ਹਾ ਸੀ, ਆਪਣੇ ਕਮਜ਼ੋਰ ਹੱਥਾਂ ਵਿੱਚ ਵੰਝਲੀ ਫੜੀ ਹੋਈ ਸੀ, ਉਸਨੇ ਮਹਿਸੂਸ ਕੀਤਾ ਕਿ ਉਸਦੀ ਕੌਮ ਦੀਆਂ ਉਮੀਦਾਂ ਦਾ ਭਾਰ ਉਸਦੇ ਉੱਤੇ ਹੈ। ਇੱਕ ਡੂੰਘੇ ਸਾਹ ਨਾਲ, ਉਸਨੇ ਵਜਾਉਣਾ ਸ਼ੁਰੂ ਕੀਤਾ, ਉਸਦੀ ਧੁਨੀ ਭਾਸ਼ਾ, ਸਭਿਆਚਾਰ ਅਤੇ ਰਾਜਨੀਤੀ ਤੋਂ ਪਾਰ ਹੋ ਗਈ। ਉਸਨੇ ਆਪਣੇ ਬੱਚਿਆਂ ਨੂੰ ਗੁਆਉਣ ਵਾਲੀਆਂ ਮਾਵਾਂ ਦਾ ਦੁੱਖ, ਆਪਣੇ ਸੁਪਨਿਆਂ ਨੂੰ ਦਫ਼ਨਾਉਣ ਵਾਲੇ ਪਿਉ ਦੇ ਦਰਦ ਅਤੇ ਸੰਘਰਸ਼ਾਂ ਦੁਆਰਾ ਟੁੱਟੇ ਭੈਣਾਂ-ਭਰਾਵਾਂ ਦੀ ਤਾਂਘ ਨੂੰ ਬਿਆਨ ਕੀਤਾ। ਹਾਲੇ ਕਿ ਦੁੱਖ ਦੇ ਨਾਲ ਅੰਦਰ ਭਰਿਆ ਹੋਇਆ ਸੀ ਪਰ ਉਸਨੇ ਆਪਣੇ ਜੀਵਨ ਨੂੰ ਉਮੀਦ, ਹਮਦਰਦੀ ਤੇ ਅਟੁੱਟ ਵਿਸ਼ਵਾਸ ਦੇ ਨਾਲ ਭਰਿਆ ਤੇ ਸਮਝਾਇਆ ਕਿ ਸ਼ਾਂਤੀ ਸੰਭਵ ਹੈ। ਹਾਜ਼ਰ ਲੋਕਾਂ ਦੀਆਂ ਅੱਖਾਂ ਵਿੱਚ ਹੰਝੂ ਚਮਕਣ ਲੱਗ ਪਏ, ਉਨ੍ਹਾਂ ਦੇ ਦਿਲ ਜਨਾਨ ਦੀ ਵੰਝਲੀ ਤੋਂ ਨਿਕਲਣ ਵਾਲੇ ਕੱਚੇ ਜਜ਼ਬਾਤ ਦੁਆਰਾ ਭੜਕ ਉੱਠੇ।

ਜਨਾਨ ਦੀ ਕਾਰਗੁਜ਼ਾਰੀ ਇੱਕ ਮੋੜ ਬਣ ਗਈ, ਤਬਦੀਲੀ ਲਈ ਇੱਕ ਜ਼ਰੀਆ। ਉਸਦੇ ਸੰਗੀਤ ਅਤੇ ਉਸਦੀ ਕਹਾਣੀ ਤੋਂ ਪ੍ਰੇਰਿਤ ਹੋ ਕੇ, ਨੇਤਾਵਾਂ ਅਤੇ ਨਾਗਰਿਕਾਂ ਨੇ ਸਥਾਈ ਸ਼ਾਂਤੀ ਪ੍ਰਾਪਤ ਕਰਨ ਲਈ ਆਪਣੇ ਯਤਨਾਂ ਨੂੰ ਦੁਗਣਾ ਕਰ ਦਿੱਤਾ, ਇਹ ਸਮਝਦੇ ਹੋਏ ਕਿ ਇਲਾਜ ਦਾ ਮਾਰਗ ਦਰਦ ਨੂੰ ਸਵੀਕਾਰ ਕਰਨ ਅਤੇ ਮਾਫ਼ੀ ਦੀ ਸ਼ਕਤੀ ਨੂੰ ਗਲੇ ਲਾਉਣ ਨਾਲ ਸ਼ੁਰੂ ਹੁੰਦਾ ਹੈ।

ਜਿਵੇਂ-ਜਿਵੇਂ ਸਾਲ ਬੀਤਦੇ ਗਏ, ਜਨਾਨ ਦੀਆਂ ਧੁਨਾਂ ਦੁਨੀਆ ਭਰ ਦੇ ਲੋਕਾਂ ਦੇ ਜੀਵਨ ਨੂੰ ਛੁਹੰਦੀਆਂ ਰਹੀਆਂ। ਉਸਦੀ ਵੰਝਲੀ ਲਚਕੀਲੇਪਨ ਦਾ ਪ੍ਰਤੀਕ ਬਣ ਗਈ ਸੀ, ਮਨੁੱਖਤਾ ਦੀ ਵੱਖਰੀ ਭਾਵਨਾ ਦਾ ਪ੍ਰਮਾਣ, ਅਤੇ ਇੱਕ ਯਾਦ ਦਿਵਾਉਂਦੀ ਹੈ ਕਿ ਬੇਅੰਤ ਨੁਕਸਾਨ ਦੇ ਬਾਵਜੂਦ, ਆਸ ਰਾਖ ਵਿੱਚੋਂ ਵੀ ਉੱਠ ਸਕਦੀ ਹੈ। ਜਨਾਨ ਨੂੰ ਇਹ ਜਾਣ ਕੇ ਤਸੱਲੀ ਮਿਲੀ ਕਿ ਉਸ ਦੇ ਪੁੱਤਰਾਂ ਦੀ ਜ਼ਿੰਦਗੀ ਵਿਅਰਥ

ਨਹੀਂ ਸੀ ਗਈ। ਉਹਨਾਂ ਦੀ ਵਿਰਾਸਤ ਉਸ ਦੁਆਰਾ ਵਜਾਏ ਗਏ ਸੰਗੀਤ ਵਿੱਚ, ਲੋਕਾਂ ਦੇ ਦਿਲਾਂ ਵਿੱਚ, ਅਤੇ ਦਇਆ ਅਤੇ ਸਮਝ ਦੁਆਰਾ ਬਣਾਏ ਗਏ ਰਿਸ਼ਤਿਆਂ ਵਿੱਚ ਜਿਉਂਦੀ ਰਹੀ।

ਇਸੇ ਤਰ੍ਹਾਂ, ਜਨਾਨ, ਇੱਕ ਬੁੱਧੀਮਾਨ ਅਤੇ ਦੁਖੀ ਪਿਤਾ, ਨੇ ਆਪਣੀ ਵੰਝਲੀ ਵਜਾਉਣਾ ਜਾਰੀ ਰੱਖਿਆ, ਸੰਗੀਤ ਨੂੰ ਬੁਣਿਆ ਜੋ ਪਿਆਰ, ਨੁਕਸਾਨ, ਅਤੇ ਅਟੁੱਟ ਵਿਸ਼ਵਾਸ ਦੀ ਗੱਲ ਕਰਦਾ ਸੀ ਕਿ ਸਭ ਕੁਝ ਠੀਕ ਹੋ ਜਾਵੇਗਾ। ਉਸਦਾ ਸੰਗੀਤ ਅਤੀਤ ਦੀਆਂ ਕਹਾਣੀਆਂ, ਵਰਤਮਾਨ ਦੀਆਂ ਉਮੀਦਾਂ ਅਤੇ ਭਵਿੱਖ ਦੇ ਸੁਪਨੇ ਉਥੇ ਲੈ ਕੇ ਜਾਂਦਾ ਹੈ ਜਿੱਥੇ ਸ਼ਾਂਤੀ ਦੀ ਜ਼ਰੂਰਤ ਹੁੰਦੀ। ਸ਼ਾਂਤ ਪਲਾਂ ਵਿੱਚ, ਜਿਵੇਂ ਉਸਨੇ ਤਾਰਿਆਂ ਵਾਲੇ ਅਸਮਾਨ ਵੱਲ ਵੇਖਿਆ, ਜਨਾਨ ਜਾਣਦਾ ਸੀ ਕਿ ਉਸਦੀ ਵੰਝਲੀ ਇੱਕ ਸਾਥੀ ਤੋਂ ਵੱਧ ਬਣ ਗਈ ਸੀ; ਇਹ ਤੰਦਰੁਸਤੀ ਲਈ ਇੱਕ ਭਾਂਡਾ ਬਣ ਗਿਆ ਸੀ, ਮਨੁੱਖੀ ਆਤਮਾ ਦੀ ਲਚਕੀਲੇਪਨ ਦਾ ਪ੍ਰਮਾਣ, ਪਿਆਰ ਅਤੇ ਹਮਦਰਦੀ ਲਈ ਇੱਕ ਸਹਾਰਾ ਬਣ ਗਿਆ ਸੀ। ਜਨਾਨ ਦੀ ਯਾਤਰਾ ਜਾਰੀ ਰਹੀ, ਇਸ ਵਿਸ਼ਵਾਸ ਦੁਆਰਾ ਕਿ ਸਭ ਤੋਂ ਡੂੰਘੇ ਜ਼ਖਮ ਵੀ ਅੰਤ ਵਿੱਚ ਭਰ ਸਕਦੇ ਹਨ। ਉਸਨੇ ਗੁਆਂਢੀ ਪਿੰਡਾਂ, ਜੰਗ-ਗ੍ਰਸਤ ਸਹਿਰਾ ਅਤੇ ਸ਼ਰਣਾਰਥੀ ਕੈਂਪਾਂ ਦੀ ਯਾਤਰਾ ਕੀਤੀ, ਆਪਣਾ ਸੰਗੀਤ ਅਤੇ ਆਪਣੀ ਕਹਾਣੀ ਉਹਨਾਂ ਲੋਕਾਂ ਨਾਲ ਸਾਂਝੀ ਕੀਤੀ ਜੋ ਆਪਣਾ ਰਾਹ ਗੁਆ ਚੁੱਕੇ ਸਨ। ਉਸਨੇ ਦਰਦ ਅਤੇ ਦੁੱਖ ਦੀਆਂ ਕਹਾਣੀਆਂ ਸੁਣੀਆਂ, ਇੱਕ ਦਿਲਾਸਾ ਦੇਣ ਵਾਲੀ ਮੌਜੂਦਗੀ ਅਤੇ ਇੱਕ ਧੁਨ ਦੀ ਪੇਸ਼ਕਸ਼ ਕੀਤੀ ਜੋ ਉਮੀਦ ਦੀ ਗੂੰਜ ਸੀ।

ਇੱਕ ਪਿੰਡ ਵਿੱਚ, ਉਹ ਲੀਲਾ ਨਾਂ ਦੀ ਇੱਕ ਕੁੜੀ ਨੂੰ ਮਿਲਿਆ, ਉਸ ਦੀਆਂ ਅੱਖਾਂ ਲੜਾਈਆਂ ਦੁਆਰਾ ਵਿਗੜੇ ਹੋਏ ਬਚਪਨ ਦੇ ਜ਼ਖਮਾਂ ਨੂੰ ਦਰਸਾਉਂਦੀਆਂ ਸਨ। ਉਸਨੇ ਆਪਣਾ ਪੂਰਾ ਪਰਿਵਾਰ ਗੁਆ ਦਿੱਤਾ ਸੀ ਅਤੇ ਉਸਨੂੰ ਇੱਕ ਅਜਿਹੀ ਦੁਨੀਆਂ ਵਿੱਚ ਆਪਣੇ

ਆਪ ਨੂੰ ਬਚਾਉਣ ਲਈ ਛੱਡ ਦਿੱਤਾ ਗਿਆ ਸੀ ਜੋ ਰਹਿਮ ਤੋਂ ਰਹਿਤ ਜਾਪਦੀ ਸੀ। ਜਨਨ ਨੇ ਆਪਣੇ ਆਪ ਨੂੰ ਉਸ ਵਿੱਚ ਦੇਖਿਆ, ਉਸ ਦੇ ਦੁੱਖ ਨੂੰ ਪਛਾਣਿਆ ਜੋ ਉਸ ਦੇ ਕਮਜ਼ੋਰ ਮੋਢਿਆਂ 'ਤੇ ਭਾਰੀ ਪੈ ਰਿਹਾ ਸੀ। ਹੌਲੀ-ਹੌਲੀ, ਜਨਾਨ ਨੇ ਲੀਲਾ ਨੂੰ ਵੰਝਲੀ ਸੌਂਪ ਦਿੱਤੀ, ਉਸਦੀ ਆਵਾਜ਼ ਨਰਮ ਪਰ ਵਿਸ਼ਵਾਸ ਨਾਲ ਭਰੀ ਹੋਈ ਸੀ। "ਸੰਗੀਤ ਨੂੰ ਤੁਹਾਡੇ ਦਰਦ ਨੂੰ ਸਮਝਣ ਦਿਓ, ਲੀਲਾ। ਇਸ ਨੂੰ ਤੁਹਾਡਾ ਸਾਥੀ, ਤੁਹਾਡੀ ਦਿਲਾਸਾ ਅਤੇ ਤੁਹਾਡਾ ਮਾਰਗ ਦਰਸ਼ਕ ਬਣਨ ਦਿਓ। ਜਿਸ ਤਰ੍ਹਾਂ ਇਸ ਨੇ ਮੈਨੂੰ ਦਿਲਾਸਾ ਦਿੱਤਾ ਹੈ, ਇਹ ਤੁਹਾਨੂੰ ਤਾਕਤ ਦੇਵੇਗਾ ਅਤੇ ਤੁਹਾਨੂੰ ਯਾਦ ਦਿਵਾਏਗਾ ਕਿ ਤੁਸੀਂ ਕਦੇ ਵੀ ਇਕੱਲੇ ਨਹੀਂ ਹੋ।" ਕੰਬਦੇ ਹੱਥਾਂ ਨਾਲ, ਲੀਲਾ ਨੇ ਵੰਝਲੀ ਨੂੰ ਗਲੇ ਲਾਇਆ, ਉਸਦੇ ਹੰਝੂ ਲੱਕੜ ਦੇ ਖ਼ਰਾਬ ਹੋਏ ਰੇਸ਼ੇ ਨਾਲ ਰਲ ਰਹੇ ਸਨ। ਜਿਵੇਂ ਹੀ ਲੀਲਾ ਨੇ ਵੰਝਲੀ ਨੂੰ ਵਜਾਇਆ ਉਸਦਾ ਦੁੱਖ ਬਾਹਰ ਨਿਕਲਿਆ। ਪਿੰਡ ਵਿੱਚ ਗੂੰਜਣ ਵਾਲੀਆਂ ਧੁਨਾਂ ਨਾਲ ਮੇਲ ਖਾਂਦਾ ਹੋਇਆ। ਉਸਦੇ ਦੁੱਖ ਵਿੱਚ, ਉਸਨੇ ਇੱਕ ਨਵੀਂ ਲਚਕਤਾ ਵੇਖੀ, ਉਮੀਦ ਦੀ ਇੱਕ ਚੰਗਿਆੜੀ ਜੋ ਅੰਦਰ ਡੂੰਘੀ ਦੱਬੀ ਹੋਈ ਸੀ। ਜਨਾਨ ਨੇ ਮਾਣ ਨਾਲ ਭਰੇ ਦਿਲ ਨਾਲ ਦੇਖਿਆ ਕਿਉਂਕਿ ਜਿਵੇਂ ਹੀ ਲੀਲਾ ਦਾ ਸੰਗੀਤ ਪਿੰਡ ਵਿੱਚ ਗੂੰਜਿਆ , ਉਹਨਾਂ ਦਿਲਾਂ ਵਿੱਚ ਜੀਵਨ ਦਾ ਸਾਹ ਭਰ ਦਿੱਤਾ ਜੋ ਲੰਬੇ ਸਮੇਂ ਤੋਂ ਧੜਕਣਾ ਭੁੱਲ ਗਏ ਸਨ। ਆਪਣੇ ਸੰਗੀਤ ਰਾਹੀਂ, ਲੀਲਾ ਨੇ ਆਪਣੇ ਸਾਥੀ ਪਿੰਡਾਂ ਦੇ ਲੋਕਾਂ ਨੂੰ ਪ੍ਰੇਰਿਤ ਕੀਤਾ, ਉਨ੍ਹਾਂ ਨੂੰ ਯਾਦ ਦਿਵਾਇਆ ਕਿ ਇਲਾਜ ਸੰਭਵ ਹੈ, ਅਤੇ ਸਾਰੇ ਇਕੱਠੇ ਹੋ ਕੇ, ਉਹ ਆਪਣੇ ਸਾਂਝੇ ਦਰਦ ਤੋਂ ਉੱਪਰ ਉੱਠ ਸਕਦੇ ਹਨ।

ਸਮਾਂ ਬੀਤਦਾ ਗਿਆ, ਲੀਲਾ ਦਾ ਸੰਗੀਤ ਦੂਰ-ਦੂਰ ਤੱਕ ਫੈਲ ਗਿਆ, ਜਿਵੇਂ ਜਨਾਨ ਨੇ ਉਸ ਤੋਂ ਪਹਿਲਾਂ ਕੀਤਾ ਸੀ। ਉਸ ਦੀਆਂ ਧੁਨਾਂ ਉਨ੍ਹਾਂ ਲੋਕਾਂ ਦੇ ਕੰਨਾਂ ਤੱਕ ਪਹੁੰਚੀਆਂ ਜਿਨ੍ਹਾਂ ਨੇ ਕਦੇ ਵੀ ਯੁੱਧ ਦੇ ਵਿਨਾਸ਼ ਨੂੰ ਨਹੀਂ ਜਾਣਿਆ ਸੀ। ਜਨਾਨ ਜਾਣਦਾ ਸੀ ਕਿ ਉਸਦਾ

ਮਕਸਦ ਪੂਰਾ ਹੋ ਗਿਆ ਹੈ। ਉਸਦੀ ਵੰਝਲੀ, ਜੋ ਕਦੇ ਦੁੱਖ ਵਿੱਚ ਉਸਦਾ ਇੱਕੋ ਇੱਕ ਸਾਥੀ ਸੀ, ਹੁਣ ਤਬਦੀਲੀ ਲਈ ਇੱਕ ਸਹਾਰਾ ਬਣ ਗਈ ਸੀ, ਇੱਕ ਨਵੀਂ ਪੀੜ੍ਹੀ ਦੁਆਰਾ ਉਮੀਦ ਦੇ ਖੰਭਾਂ 'ਤੇ ਚਲੀ ਗਈ। ਉਹ ਮੁਸਕਰਾਇਆ, ਇਹ ਜਾਣ ਕੇ ਕਿ ਉਸ ਦੇ ਪੁੱਤਰਾਂ ਦੀ ਵਿਰਾਸਤ ਸਿਰਫ ਉਸ ਦੀਆਂ ਆਪਣੀਆਂ ਧੁਨਾਂ ਵਿੱਚ ਨਹੀਂ, ਸਗੋਂ ਸੰਗੀਤ ਵਿੱਚ ਰਹਿੰਦੀ ਹੈ ਜੋ ਹੁਣ ਲੀਲਾ ਦੀਆਂ ਉਂਗਲਾਂ ਵਿੱਚੋਂ ਵਗਦਾ ਹੈ। ਇਕੱਠੇ, ਜਨਾਨ ਅਤੇ ਲੀਲਾ ਨੇ ਸੰਸਾਰ ਦੀ ਯਾਤਰਾ ਕੀਤੀ, ਆਪਣੀਆਂ ਕਹਾਣੀਆਂ, ਆਪਣੇ ਸੰਗੀਤ, ਅਤੇ ਮਨੁੱਖੀ ਆਤਮਾ ਵਿੱਚ ਉਹਨਾਂ ਦੇ ਅਟੁੱਟ ਵਿਸ਼ਵਾਸ ਨੂੰ ਸਾਂਝਾ ਕੀਤਾ। ਉਹ ਉਮੀਦ ਦੀ ਕਿਰਨ ਬਣ ਗਏ, ਲੋਕਾਂ ਨੂੰ ਯਾਦ ਦਿਵਾਉਂਦੇ ਹੋਏ ਕਿ ਸਭ ਤੋਂ ਹਨੇਰੇ ਸਮੇਂ ਵਿੱਚ ਵੀ, ਉਮੀਦ ਦਿਆਂ ਧੁਨਾਂ ਖੋਜੇ ਜਾਣ ਦੀ ਉਡੀਕ ਕਰ ਰਹੀਆਂ ਹਨ, ਅਤੇ ਦਿਲ ਸਿਹਤਮੰਦ ਹੋਣ ਦਾ ਰਾਹ ਵੇਖ ਰਹੇ ਹਨ।

ਜਨਾਨ ਦੀ ਵੰਝਲੀ ਨੇ ਕੌਮਾਂ, ਸਭਿਆਚਾਰਾਂ ਅਤੇ ਪੀੜ੍ਹੀਆਂ ਦੇ ਲੋਕਾਂ ਨੂੰ ਇੱਕ ਜੁੱਟ ਕਰ ਦਿੱਤਾ ਸੀ। ਇਸ ਦੀਆਂ ਧੁਨਾਂ ਲਚਕੀਲੇਪਨ ਦਾ ਪ੍ਰਤੀਕ ਬਣ ਗਈਆਂ, ਮਨੁੱਖਤਾ ਨੂੰ ਹਮਦਰਦੀ, ਮਾਫ਼ੀ ਅਤੇ ਸ਼ਾਂਤੀ ਦੀ ਨਿਰੰਤਰ ਕੋਸ਼ਿਸ਼ ਦੀ ਇਸਦੀ ਸਮਰੱਥਾ ਦੀ ਯਾਦ ਦਿਵਾਉਂਦੀਆਂ ਹਨ। ਵੰਝਲੀ ਵਜਾਉਣ ਦੀ ਸਾਧਾਰਨ ਕਾਰਜਕਾਰੀ ਰਾਹੀਂ, ਜਨਾਨ ਨੇ ਸਮੇਂ ਦੀਆਂ ਹਦਾਂ ਨੂੰ ਪਾਰ ਕਰਦੇ ਹੋਏ ਪਿਆਰ ਅਤੇ ਸਦਭਾਵਨਾ ਦੀ ਬੁਣਤੀ ਬੁਣ ਦਿੱਤੀ ਸੀ। ਅਤੇ ਜਿਵੇਂ ਉਹ ਵਜਾਉਂਦਾ ਹੈ, ਉਸਦਾ ਦਿਲ ਉਸਦੇ ਪੁੱਤਰਾਂ ਦੀਆਂ ਗੂੰਜਾਂ ਨਾਲ ਗੂੰਜਦਾ ਹੈ, ਇਹ ਜਾਣਦੇ ਹੋਏ ਕਿ ਉਹਨਾਂ ਦੀਆਂ ਆਤਮਾਵਾਂ ਹਰ ਇੱਕ ਤਰਜ਼ ਦੇ ਅੰਦਰ ਨੱਚਦੀਆਂ ਹਨ ਅਤੇ ਹਮੇਸ਼ਾ ਲਈ ਉਸਨੂੰ ਤੇ ਲੀਲਾ ਨੂੰ ਉਹਨਾਂ ਦੀ ਅਸਾਧਾਰਣ ਯਾਤਰਾ ਤੇ ਅਗਵਾਈ ਕਰਦੀਆਂ ਰਹਿਣਗੀਆਂ।

ਮਿਹਨਤੀ ਨਿਆਣਾ

ਭੀੜ ਭੜੱਕੇ ਵਾਲੇ ਸ਼ਹਿਰ ਦੀਆਂ ਗਲੀਆਂ ਵਿੱਚ, ਜਿੱਥੇ ਉਮੀਦਾਂ ਅਤੇ ਸੁਪਨੇ ਜ਼ਿੰਦਗੀ ਦੀਆਂ ਕਠੋਰ ਹਕੀਕਤਾਂ ਨਾਲ ਟਕਰਾਉਂਦੇ ਨੇ, ਉੱਥੇ ਸ਼ੀਰੋ ਨਾਮ ਦਾ ਇੱਕ ਛੋਟਾ ਬੱਚਾ ਸੀ। ਹੰਝੂਆਂ ਨਾਲ ਭਰੀਆਂ ਗੱਲ੍ਹਾਂ ਨਾਲ ਉਹ ਕੂੜਾ ਚੁੱਕਦਾ ਕਿਸੇ ਵੀ ਚੀਜ਼ ਦੀ ਭਾਲ ਕਰਦਾ ਜਿਸ ਨੂੰ ਬਚਾਇਆ ਅਤੇ ਵੇਚਿਆ ਜਾ ਸਕਦਾ ਸੀ। ਇਹ ਇੱਕ ਅਜਿਹਾ ਦ੍ਰਿਸ਼ ਸੀ ਜਿਸ ਨੇ ਉੱਥੋਂ ਲੰਘਦੇ ਲੋਕਾਂ ਦੇ ਦਿਲਾਂ ਨੂੰ ਵਿੰਨ੍ਹਿਆ, ਮੈਂ ਵੀ ਸ਼ਾਮਲ ਸੀ। ਮੈਂ ਸਾਵਧਾਨੀ ਨਾਲ ਸ਼ੀਰੋ ਦੇ ਕੋਲ ਗਿਆ, ਉਸਨੂੰ ਹੈਰਾਨ ਨਹੀਂ ਕਰਨਾ ਚਾਹੁੰਦਾ ਸੀ। ਉਸ ਦੀ ਕਮਜ਼ੋਰ ਅਤੇ ਥੱਕੀਆਂ ਅੱਖਾਂ ਨੇ ਅਥਾਹ ਸੰਘਰਸ਼ ਦੀ ਕਹਾਣੀ ਸੁਣਾਈ। "ਬਚੇ," ਮੈਂ ਉਸ ਦੇ ਕੋਲ ਝੁਕਦਿਆਂ ਹੌਲੀ ਜਿਹੀ ਕਿਹਾ। "ਤੁਹਾਨੂੰ ਕੀ ਪਰੇਸ਼ਾਨੀ ਹੈ?" ਸ਼ੀਰੋ ਨੇ ਉੱਪਰ ਦੇਖਿਆ, ਉਸ ਦੀਆਂ ਅੱਖਾਂ ਨਿਰਾਸ਼ਾ ਅਤੇ ਦ੍ਰਿੜਤਾ ਦੇ ਮਿਸ਼ਰਣ ਨਾਲ ਭਰ ਗਈਆਂ। "ਮੈਂ ਪੈਸੇ ਕਮਾਉਣ ਦੀ ਕੋਸ਼ਿਸ਼ ਕਰ ਰਿਹਾ ਹਾਂ," ਉਸਨੇ ਚੀਕਦਿਆਂ ਕਿਹਾ, ਉਸਦੀ ਆਵਾਜ਼ ਕੰਬ ਰਹੀ ਸੀ। "ਮੇਰੇ ਕੋਲ ਦੋ ਛੋਟੀਆਂ ਭੈਣਾਂ ਹਨ ਅਤੇ ਇੱਕ ਮਾਂ ਹੈ ਜਿਸ ਦਾ ਢਿੱਡ ਭਰਨਾ ਹੈ। ਸਾਡੇ ਕੋਲ ਬਹੁਤ ਕੁਝ ਨਹੀਂ ਹੈ, ਅਤੇ ਮੈਨੂੰ ਇਹ ਉਹਨਾਂ ਲਈ ਕਰਨਾ ਪਏਗਾ।"

ਉਸ ਦੀਆਂ ਗੱਲਾਂ ਸੁਣ ਕੇ ਮੇਰਾ ਦਿਲ ਬਹੁਤ ਦੁਖਿਆ। ਇਹ ਇੱਕ ਬੋਝ ਸੀ ਜਿਸ ਨੂੰ ਕਿਸੇ ਬੱਚੇ ਨੂੰ ਨਹੀਂ ਚੁੱਕਣਾ ਚਾਹੀਦਾ। "ਮੈਨੂੰ ਬਹੁਤ

ਅਫ਼ਸੋਸ ਹੈ, ਸ਼ੀਰੋ," ਮੈਂ ਬੁੜਬੁੜਾਇਆ, ਮੇਰੀ ਆਵਾਜ਼ ਦੁੱਖ ਨਾਲ ਭਾਰੀ ਸੀ। "ਤੁਹਾਨੂੰ ਖੇਡਣਾ, ਪੜ੍ਹਨਾ ਅਤੇ ਸੁਪਨੇ ਦੇਖਣੇ ਚਾਹੀਦੇ ਹਨ, ਮੇਜ਼ 'ਤੇ ਭੋਜਨ ਰੱਖਣ ਬਾਰੇ ਚਿੰਤਾ ਨਹੀਂ ਕਰਨੀ ਚਾਹੀਦੀ, ਮੇਰੇ ਪਿਆਰੇ, ਤੁਹਾਡੇ ਸੁਪਨੇ ਕੀ ਹਨ?"

ਸ਼ੀਰੋ ਦੀਆਂ ਅੱਖਾਂ ਵਿੱਚ ਇੱਕ ਵਾਰ ਫਿਰ ਹੰਝੂ ਆ ਗਏ। "ਮੈਂ ਸਕੂਲ ਜਾਣਾ ਚਾਹੁੰਦਾ ਹਾਂ," ਉਸਨੇ ਬੋਲਿਆ ਪਰ ਉਸਦੀ ਆਵਾਜ਼ ਬਹੁਤ ਘੱਟ ਸੁਣਾਈ ਦਿੰਦੀ ਸੀ। "ਮੈਂ ਪੜ੍ਹਨਾ ਚਾਹੁੰਦਾ ਹਾਂ ਅਤੇ ਇੱਕ ਸਫਲ ਵਿਅਕਤੀ ਬਣ ਕੇ ਆਪਣੇ ਪਰਿਵਾਰ ਲਈ ਕਾਫ਼ੀ ਕਮਾਈ ਕਰਨਾ ਚਾਹੁੰਦਾ ਹਾਂ। ਮੈਂ ਇਸ ਉਮਰ ਵਿੱਚ ਕੰਮ ਨਹੀਂ ਕਰਨਾ ਚਾਹੁੰਦਾ ਹਾਂ।"

ਉਸ ਦੀਆਂ ਗੱਲਾਂ ਨੇ ਮੈਨੂੰ ਅਸਮਾਨੀ ਬਿਜਲੀ ਵਾਂਗ ਮਾਰਿਆ। ਸਥਿਤੀ ਦੀ ਬੇਇਨਸਾਫ਼ੀ ਨੇ ਮੇਰੀ ਰੂਹ 'ਤੇ ਭਾਰੀ ਬੋਝ ਪਾਇਆ।

"ਸ਼ੀਰੋ, ਮੇਰੇ ਦੋਸਤ," ਮੈਂ ਕਿਹਾ, ਮੇਰੀ ਆਵਾਜ਼ ਹਮਦਰਦੀ ਨਾਲ ਭਰੀ ਹੋਈ ਸੀ, "ਤੁਸੀਂ ਆਪਣੇ ਸੁਪਨਿਆਂ ਨੂੰ ਪੂਰਾ ਕਰਨ ਦੇ ਇੱਕ ਮੌਕੇ ਦੇ ਹੱਕਦਾਰ ਹੋ। ਮੈਂ ਤੁਹਾਡੇ ਨਾਲ ਵਾਅਦਾ ਕਰਦਾ ਹਾਂ, ਮੈਂ ਤੁਹਾਡੀ ਮਦਦ ਕਰਨ ਲਈ ਆਪਣੀ ਤਾਕਤ ਨਾਲ ਸਭ ਕੁਝ ਕਰਾਂਗਾ।"

ਅਸੀਂ ਘੰਟਿਆਂ ਬੱਧੀ ਗੱਲ ਕੀਤੀ, ਉਸ ਦੀਆਂ ਇੱਛਾਵਾਂ, ਉਸ ਦੇ ਮਨਪਸੰਦ ਵਿਸ਼ਿਆਂ ਅਤੇ ਉਸ ਦੁਆਰਾ ਰੁਕਾਵਟਾਂ ਬਾਰੇ ਚਰਚਾ ਕੀਤੀ। ਜਿਵੇਂ-ਜਿਵੇਂ ਅਸੀਂ ਗੱਲਾਂ ਕਰ ਰਹੇ ਸੀ ਉਵੇਂ-ਉਵੇਂ ਸ਼ੀਰੋ ਮੇਰੇ ਨਾਲ ਖੁੱਲ੍ਹ ਰਿਹਾ ਸੀ। ਆਪਣੇ ਹਾਲਾਤਾਂ ਦੇ ਬਾਵਜੂਦ, ਉਹ ਚੰਗੇ ਭਵਿੱਖ ਦੀ ਉਮੀਦ ਨਾਲ ਚੰਗੀ ਤਰ੍ਹਾਂ ਚਿਪਕਿਆ ਰਿਹਾ।

ਦਿਨ ਹਫ਼ਤਿਆਂ ਵਿੱਚ ਅਤੇ ਹਫ਼ਤੇ ਮਹੀਨਿਆਂ ਵਿੱਚ ਬਦਲ ਗਏ। ਮੈਂ ਆਪਣੇ ਦੋਸਤਾਂ ਨਾਲ ਮਿਲ ਕੇ ਸ਼ੀਰੋ ਦੀ ਸਿੱਖਿਆ ਲਈ ਫੰਡ ਇਕੱਠਾ ਕਰਨ ਦੀ ਮੁਹਿੰਮ ਸ਼ੁਰੂ ਕੀਤੀ। ਅਜਨਬੀਆਂ ਦੀ ਦਿਆਲਤਾ ਅਤੇ ਸਾਡੇ ਭਾਈਚਾਰੇ ਦੀ ਹਮਦਰਦੀ ਨੇ ਉਮੀਦ ਦੀ ਕਿਰਨ ਪੈਦਾ ਕੀਤੀ। ਇੰਝ ਲੱਗ ਰਿਹਾ ਸੀ ਜਿਵੇਂ ਸ਼ੀਰੋ ਦੇ ਸੁਪਨੇ ਸਾਕਾਰ ਹੋਣਗੇ।

ਪਰ ਕਿਸਮਤ ਬੜੀ ਬੇਰਹਿਮ ਹੈ, ਅਤੇ ਜ਼ਿੰਦਗੀ ਹਰ ਪੈੜ ਤੇ ਇੱਕ ਨਵੀਂ ਚੁਣੌਤੀ ਹੈ। ਦੁਖਾਂਤ ਉਦੋਂ ਵਾਪਰਿਆ ਜਦੋਂ ਸ਼ੀਰੇ ਦੀ ਮਾਂ ਗੰਭੀਰ ਬਿਮਾਰ ਹੋ ਗਈ। ਸਾਡੇ ਦੁਆਰਾ ਇਕੱਠੇ ਕੀਤੇ ਗਏ ਮਾਮੂਲੀ ਫੰਡ ਜਲਦੀ ਵੀ ਖਤਮ ਹੋ ਗਏ ਅਤੇ ਪਰਿਵਾਰ ਕੋਲ ਹਰ ਰੋਜ਼ ਦੇ ਜਰੂਰੀ ਸਾਧਨਾਂ ਦੀ ਵੀ ਕਮਤੀ ਹੋ ਗਈ ਸੀ। ਮੈਂ ਉਨ੍ਹਾਂ ਦੇ ਨਿਮਾਣੇ ਨਿਵਾਸ ਵੱਲ ਦੌੜਿਆ, ਮੇਰਾ ਦਿਲ ਡਰ ਨਾਲ ਭਰਿਆ ਪਿਆ ਸੀ। ਉਹ ਦ੍ਰਿਸ਼ ਜੋ ਮੇਰਾ ਇੰਤਜ਼ਾਰ ਕਰ ਰਿਹਾ ਸੀ ਉਹ ਉਜਾੜ ਦਾ ਸੀ। ਸ਼ੀਰੇ ਦੀਆਂ ਭੈਣਾਂ ਇੱਕ-ਦੂਜੇ ਨਾਲ ਚਿੰਬੜੀਆਂ ਹੋਈਆਂ ਸਨ, ਉਨ੍ਹਾਂ ਦੇ ਮਾਸੂਮ ਚਿਹਰੇ ਡਰ ਨਾਲ ਨੱਕੋ ਨੱਕ ਭਰੇ ਹੋਏ ਸਨ। ਅਤੇ ਉੱਥੇ, ਉਸਦੀ ਮਾਂ ਦੇ ਕੋਲ, ਸ਼ੀਰੋ ਰੋ ਰਿਹਾ ਸੀ, ਉਸਦੇ ਹੰਝੂ ਕਮਰੇ ਵਿੱਚ ਫੈਲੀ ਹੋਈ ਪੀੜ ਨਾਲ ਰਲ ਗਏ।

"ਮੈਨੂੰ ਅਫ਼ਸੋਸ ਹੈ, ਸ਼ੀਰੋ," ਮੈਂ ਫੁਸ-ਫੁਸ ਕੇ ਕਿਹਾ, ਮੇਰੀ ਆਵਾਜ਼ ਜਜ਼ਬਾਤਾਂ ਨਾਲ ਘੁੱਟ ਗਈ। "ਮੈਂ ਆਪਣੀ ਪੂਰੀ ਕੋਸ਼ਿਸ਼ ਕੀਤੀ, ਪਰ ਕਈ ਵਾਰ ਜ਼ਿੰਦਗੀ ਅਸਹਿਣਸ਼ੀਲ ਤੌਰ 'ਤੇ ਬੇਰਹਿਮ ਹੋ ਜਾਂਦੀ ਹੈ। ਤੁਸੀਂ ਇਸ ਵਿੱਚ ਇਕੱਲੇ ਨਹੀਂ ਹੋ, ਮੇਰੇ ਪਿਆਰੇ ਬੱਚੇ। ਅਸੀਂ ਕੋਈ ਰਸਤਾ ਲੱਭ ਲਵਾਂਗੇ।"

ਸ਼ੀਰੋ ਨੇ ਮੇਰੇ ਵੱਲ ਵੇਖਿਆ, ਉਸ ਦੀਆਂ ਅੱਖਾਂ ਨਿਰਾਸ਼ਾ ਅਤੇ ਦ੍ਰਿੜਤਾ ਦੇ ਮਿਸ਼ਰਣ ਨਾਲ ਭਰ ਗਈਆਂ।

"ਮੈਂ ਹਾਰ ਨਹੀਂ ਮੰਨਾਂਗਾ," ਉਸਨੇ ਕਿਹਾ, ਉਸਦੀ ਆਵਾਜ਼ ਕੰਬਦੀ ਪਰ ਦ੍ਰਿੜ ਸੀ। "ਮੈਂ ਆਪਣੇ ਸੁਪਨਿਆਂ ਨੂੰ ਪੂਰਾ ਕਰਨ ਦਾ ਰਸਤਾ ਲੱਭਾਂਗਾ, ਆਪਣੇ ਪਰਿਵਾਰ ਲਈ ਅਤੇ ਆਪਣੇ ਲਈ। ਇਹ ਅੰਤ ਨਹੀਂ ਹੈ।"

ਇਸ ਤਰ੍ਹਾਂ, ਟੁੱਟੇ ਸੁਪਨਿਆਂ ਅਤੇ ਅਟੁੱਟ ਉਮੀਦਾਂ ਦੇ ਨਾਲ, ਸ਼ੀਰੋ ਨੇ ਇੱਕ ਵਾਰ ਫਿਰ ਜ਼ਿੰਦਗੀ ਦੀ ਕਠੋਰ ਹਕੀਕਤ ਦਾ ਸਾਹਮਣਾ ਕੀਤਾ। ਉਸ ਨੇ ਆਪਣੇ ਪਰਿਵਾਰ ਦੇ ਸੰਘਰਸ਼ ਦਾ ਭਾਰ ਆਪਣੇ ਛੋਟੇ

ਮੋਢਿਆਂ 'ਤੇ ਲਿਆ, ਆਪਣੇ ਰਾਹ ਦੀ ਹਰ ਰੁਕਾਵਟ ਨੂੰ ਦੂਰ ਕਰਨ ਦਾ ਪੱਕਾ ਇਰਾਦਾ ਕੀਤਾ।

ਜਿਵੇਂ-ਜਿਵੇਂ ਮੈਂ ਤੁਰਿਆ, ਸ਼ੀਰੋ ਦੇ ਹੰਝੂਆਂ ਨਾਲ ਭਰੇ ਚਿਹਰੇ ਦੀ ਤਸਵੀਰ ਨੇ ਮੈਨੂੰ ਪਰੇਸ਼ਾਨ ਕੀਤਾ। ਉਸਦੀ ਕਹਾਣੀ ਨੇ ਸਾਡੇ ਸਮਾਜ ਵਿੱਚ ਮੌਜੂਦ ਅਣਗੌ ਲੋਕਾਂ, ਅਧੂਰੇ ਰਹਿ ਗਏ ਸੁਪਨੇ, ਅਤੇ ਇੱਕ ਨਿਆਣੇ ਦੇ ਪੱਕੇ ਇਰਾਦੇ ਦੀ ਇੱਕ ਦਰਦਨਾਕ ਯਾਦ ਦਿਵਾਉਣ ਲਈ ਕੰਮ ਕੀਤਾ ਜਿਸ ਨੇ ਨਿਰਾਸ਼ਾ ਦੇ ਅੱਗੇ ਸਮਰਪਣ ਕਰਨ ਤੋਂ ਇਨਕਾਰ ਕਰ ਦਿੱਤਾ।

ਸਾਲ ਬੀਤ ਗਏ, ਅਤੇ ਮੈਂ ਅਕਸਰ ਸ਼ੀਰੋ ਬਾਰੇ ਸੋਚਦਾ ਹਾਂ ਕਿ ਜ਼ਿੰਦਗੀ ਉਸਨੂੰ ਕਿੱਥੇ ਲੈ ਗਈ ਹੈ। ਇੱਕ ਦਿਨ, ਜਦੋਂ ਮੈਂ ਭੀੜ-ਭੜੱਕੇ ਵਾਲੀਆਂ ਗਲੀਆਂ ਵਿੱਚੋਂ ਲੰਘ ਰਿਹਾ ਸੀ, ਇੱਕ ਅਵਾਜ਼ ਨੇ ਮੇਰਾ ਨਾਮ ਲਿਆ। ਪਿੱਛੇ ਮੁੜਿਆ ਤਾਂ ਮੈਂ ਇੱਕ ਨੌਜਵਾਨ ਨੂੰ ਦੇਖਿਆ ਜਿਸ ਦੇ ਚਿਹਰੇ 'ਤੇ ਦ੍ਰਿੜਤਾ ਭਰੀ ਨਜ਼ਰ ਸੀ ਉਹ ਸ਼ੀਰੋ ਸੀ। ਜਿਵੇਂ ਹੀ ਸ਼ੀਰੋ ਨੇੜੇ ਆਇਆ, ਹੈਰਾਨੀ ਅਤੇ ਖੁਸ਼ੀ ਦੇ ਮਿਸ਼ਰਣ ਨੇ ਮੇਰੇ ਚਿਹਰੇ ਨੂੰ ਫੜ ਲਿਆ। ਉਸਦੀਆਂ ਅੱਖਾਂ, ਜੋ ਕਦੇ ਉਦਾਸੀ ਨਾਲ ਭਰੀਆਂ ਹੋਈਆਂ ਸਨ, ਹੁਣ ਸਫਲਤਾ ਦੀ ਝਲਕ ਨਾਲ ਚਮਕ ਰਹੀਆਂ ਸਨ। ਉਸਨੇ ਕਿਹਾ "ਮੈਂ ਆਪਣੇ ਸੁਪਨੇ ਪੂਰੇ ਕਰ ਲਏ।" ਉਸਦੀ ਅਵਾਜ਼ ਜਿੱਤ ਨਾਲ ਭਰੀ ਹੋਈ ਸੀ। ਮੈਂ ਆਪਣੀ ਉਤਸੁਕਤਾ ਨੂੰ ਕਾਬੂ ਵਿੱਚ ਨਾ ਰੱਖ ਸਕਿਆ, ਮੈਂ ਸ਼ੀਰੋ ਨੂੰ ਆਪਣੀ ਕਹਾਣੀ ਸਾਂਝੀ ਕਰਨ ਲਈ ਕਿਹਾ। ਉਹ ਮੁਸਕਰਾਇਆ, ਅਤੇ ਉਸ ਦੇ ਸ਼ਬਦ ਸਾਹਮਣੇ ਆਏ ਕੁਰਬਾਨੀ ਅਤੇ ਅਟੁੱਟ ਉਮੀਦ ਦੀ ਤਸਵੀਰ ਨੂੰ ਰੰਗਦੇ ਹੋਏ।

ਆਪਣੀ ਮਾਂ ਦੇ ਮੌਤ ਤੋਂ ਬਾਅਦ, ਸ਼ੀਰੋ ਨੂੰ ਜ਼ਿੰਦਗੀ ਦੀਆਂ ਕਠੋਰ ਹਕੀਕਤਾਂ ਨਾਲ ਨਜਿੱਠਣ ਲਈ ਖ਼ੁਦ ਨੂੰ ਮਜ਼ਬੂਤ ਕਰਨਾ ਪਿਆ। ਉਹ ਦਿਨ ਵੇਲੇ ਅਣਥਕ ਕੰਮ ਕਰਦਾ ਸੀ, ਆਪਣੀਆਂ ਭੈਣਾਂ ਦੀ ਸਹਾਇਤਾ

ਲਈ ਅਜੀਬ ਨੌਕਰੀਆਂ ਅਤੇ ਇਧਰ-ਉਧਰ ਦੇ ਨਿੱਕੇ-ਮੋਟੇ ਕੰਮ ਕਰਦਾ ਸੀ। ਪਰ ਸਿੱਖਿਆ ਦੇ ਸੁਪਨੇ ਉਸ ਦੇ ਅੰਦਰ ਜਿਉਂਦੇ ਰਹੇ। ਸ਼ੀਰੋ ਦੇ ਮਿਹਨਤ ਅਤੇ ਪੱਕੇ ਇਰਾਦੇ ਨੇ ਇੱਕ ਦਿਆਲੂ ਅਜਨਬੀ ਦਾ ਧਿਆਨ ਖਿੱਚਿਆ, ਜਿਸ ਨੇ ਉਸਨੂੰ ਆਪਣੀ ਸਿੱਖਿਆ ਨੂੰ ਅੱਗੇ ਵਧਾਉਣ ਲਈ ਇੱਕ ਛੋਟੀ ਜਿਹੀ ਸਕਾਲਰਸ਼ਿਪ ਦੀ ਪੇਸ਼ਕਸ਼ ਕੀਤੀ। ਅਟੁੱਟ ਕੇਂਦਰ ਅਤੇ ਸਫਲ ਹੋਣ ਦੀ ਬਲਦੀ ਇੱਛਾ ਦੇ ਨਾਲ, ਸ਼ੀਰੋ ਨੇ ਇਸ ਮੌਕੇ ਨੂੰ ਆਪਣੇ ਹਰ ਤੱਤ ਨਾਲ ਗਲੇ ਲਾਇਆ। ਉਹ ਦੇਰ ਰਾਤ ਤੱਕ ਪੜ੍ਹਾਈ ਕਰਿਆ ਕਰਦਾ, ਨੀਂਦ ਅਤੇ ਵਿਹਲੇ ਸਮੇਂ ਦੀ ਕੁਰਬਾਨੀ ਦਿੱਤੀ, ਆਪਣੇ ਅਤੇ ਆਪਣੇ ਪਰਿਵਾਰ ਲਈ ਇੱਕ ਬਿਹਤਰ ਜੀਵਨ ਲਈ ਖ਼ੁਦ ਨੂੰ ਮਜ਼ਬੂਤ ਕੀਤਾ। ਉਸ ਦੇ ਰਾਹ ਵਿੱਚ ਆਈਆਂ ਰੁਕਾਵਟਾਂ ਦੇ ਬਾਵਜੂਦ, ਉਸਨੇ ਪੜ੍ਹਾਈ ਵਿੱਚ ਉੱਤਮਤਾ ਹਾਸਲ ਕੀਤੀ ਅਤੇ ਇੱਕ ਵਕਾਰੀ ਯੂਨੀਵਰਸਿਟੀ ਲਈ ਸਕਾਲਰਸ਼ਿਪ ਲਈ। ਜਿਸ ਦਿਨ ਸ਼ੀਰੋ ਨੇ ਆਪਣੀ ਗ੍ਰੈਜੂਏਸ਼ਨ ਕੈਪ ਅਤੇ ਗਾਊਨ ਪਾਇਆ ਸੀ, ਉਹ ਉਸ ਦੀ ਲਗਨ ਅਤੇ ਮਿਹਨਤ ਦਾ ਫਲ ਸੀ। ਜਿਵੇਂ ਹੀ ਉਹ ਸਟੇਜ 'ਤੇ ਚੜ੍ਹਿਆ, ਮਾਣ ਨਾਲ ਆਪਣੀ ਡਿਗਰੀ ਸਵੀਕਾਰ ਕਰਦਿਆਂ, ਉਸ ਦੀਆਂ ਭੈਣਾਂ ਹਾਜ਼ਰੀਨ ਵਿੱਚ ਬੈਠੀਆਂ, ਉਹਨਾਂ ਦੀਆਂ ਅੱਖਾਂ ਉਸ ਭਰਾ ਲਈ ਪ੍ਰਸੰਸਾ ਅਤੇ ਪਿਆਰ ਨਾਲ ਭਰ ਗਈਆਂ ਜੋ ਉਹਨਾਂ ਦਾ ਮਾਰਗ ਦਰਸ਼ਕ ਬਣ ਗਿਆ ਸੀ।

ਸ਼ੀਰੋ ਨੇ ਨਾ ਸਿਰਫ਼ ਆਪਣੇ ਸੁਪਨਿਆਂ ਨੂੰ ਪੂਰਾ ਕੀਤਾ, ਸਗੋਂ ਉਨ੍ਹਾਂ ਨੂੰ ਪਿੱਛੇ ਛੱਡ ਕੇ ਇੱਕ ਮਸ਼ਹੂਰ ਕੰਪਨੀ ਵਿੱਚ ਨੌਕਰੀ ਪ੍ਰਾਪਤ ਕੀਤੀ। ਆਪਣੇ ਅਟੁੱਟ ਇਰਾਦੇ ਨਾਲ, ਉਹ ਸਫਲਤਾ ਦੀ ਪੌੜੀ ਚੜ੍ਹਿਆ, ਆਪਣੇ ਖੇਤਰ ਵਿੱਚ ਇੱਕ ਵੱਡਾ ਅਫਸਰ ਬਣ ਗਿਆ। ਪਰ ਆਪਣੀਆਂ ਪ੍ਰਾਪਤੀਆਂ ਦੇ ਬਾਵਜੂਦ, ਸ਼ੀਰੋ ਕਦੇ ਨਹੀਂ ਭੁੱਲਿਆ ਕਿ ਉਹ ਕਿੱਥੋਂ ਆਇਆ। ਉਸਨੇ ਗਰੀਬੀ ਦੇ ਚੱਕਰ ਵਿੱਚ ਫਸੇ ਲੋਕਾਂ ਨੂੰ ਉੱਚਾ ਚੁੱਕਣ ਲਈ ਗਰੀਬ ਬੱਚਿਆਂ ਲਈ ਮੌਕੇ ਪੈਦਾ ਕਰਨ, ਵਜ਼ੀਫੇ

ਅਤੇ ਵਿਦਿਅਕ ਪ੍ਰੋਗਰਾਮਾਂ ਨੂੰ ਸ਼ੁਰੂ ਕਰਨ ਲਈ ਆਪਣੀ ਸਫਲਤਾ ਅਤੇ ਪ੍ਰਭਾਵ ਦੀ ਵਰਤੋਂ ਕੀਤੀ।

ਇੱਕ ਸ਼ਾਮ, ਜਿਵੇਂ ਹੀ ਸੂਰਜ ਅਸਮਾਨ ਤੋਂ ਹੇਠਾਂ ਡੁੱਬਿਆ, ਮੈਂ ਸ਼ੀਰੋ ਦੇ ਨਾਲ ਪਾਰਕ ਦੇ ਬੈਂਚ 'ਤੇ ਬੈਠ ਗਿਆ। ਹਾਸੇ ਅਤੇ ਖੁਸ਼ੀ ਦੀਆਂ ਗੂੰਜਾਂ ਨੇ ਸਾਨੂੰ ਘੇਰ ਲਿਆ, ਸ਼ੀਰੋ ਮੇਰੇ ਵੱਲ ਮੁੜਿਆ, ਉਸਦੀਆਂ ਅੱਖਾਂ ਧੰਨਵਾਦ ਨਾਲ ਭਰ ਗਈਆਂ।

"ਧੰਨਵਾਦ," ਉਸਨੇ ਹੌਲੀ ਜਿਹੀ ਕਿਹਾ। "ਮੇਰੇ ਵਿੱਚ ਵਿਸ਼ਵਾਸ ਕਰਨ ਲਈ ਤੁਹਾਡਾ ਧੰਨਵਾਦ ਜਦੋਂ ਕਿਸੇ ਹੋਰ ਨੇ ਨਹੀਂ ਕੀਤਾ। ਇਹ ਤੁਹਾਡੇ ਵਰਗੇ ਅਜਨਬੀਆਂ ਦੀ ਦਿਆਲਤਾ ਅਤੇ ਸਮਰਥਨ ਸੀ ਜਿਸ ਨੇ ਮੇਰੇ ਅੰਦਰ ਅੱਗ ਨੂੰ ਜਗਾਇਆ ਅਤੇ ਮੈਨੂੰ ਤੁਰਦੇ ਰੱਖਿਆ। ਮੈਂ ਸਦਾ ਲਈ ਤੁਹਾਡਾ ਕਰਜ਼ਦਾਰ ਹਾਂ।" ਜਦੋਂ ਮੈਂ ਸ਼ੀਰੋ ਨੂੰ ਗਲੇ ਲਾਇਆ ਤਾਂ ਮੇਰੀਆਂ ਅੱਖਾਂ ਵਿੱਚ ਹੰਝੂ ਆ ਗਏ। ਉਸ ਦਾ ਸਫ਼ਰ, ਇੱਕ ਹੰਝੂ ਭਰੇ ਲੜਕੇ ਤੋਂ ਕੂੜਾ ਚੁੱਕਣ ਤੋਂ ਲੈ ਕੇ ਉਮੀਦ ਅਤੇ ਪ੍ਰੇਰਨਾ ਦੀ ਇੱਕ ਰੋਸ਼ਨੀ ਤੱਕ, ਮਨੁੱਖੀ ਮਿਹਨਤ ਨੂੰ ਬਿਆਨ ਕਰਦਾ ਹੈ।

"ਮੈਨੂੰ ਤੁਹਾਡੇ 'ਤੇ ਮਾਣ ਹੈ, ਸ਼ੀਰੋ," ਮੈਂ ਹੌਲੀ ਜਿਹੀ ਅਵਾਜ਼ ਚ ਕਿਹਾ, ਮੇਰੀ ਆਵਾਜ਼ ਭਾਵਨਾ ਨਾਲ ਭਰ ਗਈ। "ਤੁਹਾਡੀ ਯਾਤਰਾ ਸਾਨੂੰ ਸੁਪਨਿਆਂ ਦੀ ਸ਼ਕਤੀ, ਪੱਕੇ ਇਰਾਦੇ, ਅਤੇ ਮੁਸੀਬਤਾਂ ਨੂੰ ਪਾਰ ਕਰਨ ਦੀ ਅਟੱਲ ਮਨੁੱਖੀ ਸਮਰੱਥਾ ਦੀ ਯਾਦ ਦਿਵਾਉਂਦੀ ਹੈ।"

ਜਦੋਂ ਅਸੀਂ ਉਥੇ ਬੈਠੇ, ਜ਼ਿੰਦਗੀ ਦੀਆਂ ਜਿੱਤਾਂ ਅਤੇ ਚੁਣੌਤੀਆਂ ਦੀਆਂ ਆਵਾਜ਼ਾਂ ਨਾਲ ਘਿਰੇ, ਸ਼ੀਰੋ ਦੇ ਸ਼ਬਦ ਮੇਰੀ ਰੂਹ ਦੀਆਂ ਗਹਿਰਾਈਆਂ ਵਿੱਚ ਗੂੰਜਦੇ ਰਹੇ। ਇੱਕ ਲੜਕੇ ਦੀ ਕਹਾਣੀ ਜਿਸ ਨੇ ਆਪਣੇ ਹਾਲਾਤਾਂ ਨੂੰ ਸਵੀਕਾਰ ਕਰਨ ਤੋਂ ਇਨਕਾਰ ਕਰ ਦਿੱਤਾ, ਜਿਸ ਨੇ ਆਪਣੇ ਸੁਪਨਿਆਂ ਨੂੰ ਹਕੀਕਤ ਵਿੱਚ ਬਦਲਣ ਲਈ ਅਣਥੱਕ ਮਿਹਨਤ ਕੀਤੀ, ਹਮੇਸ਼ਾ ਲਈ ਮੇਰੀ ਯਾਦ ਵਿੱਚ ਉੱਕਰਿਆ ਰਹੇਗਾ।

ਉਸ ਪਲ ਵਿੱਚ, ਮੈਂ ਸ਼ੀਰੋ ਦੀ ਕਹਾਣੀ ਨੂੰ ਅੱਗੇ ਵਧਾਉਣ, ਅਣਗਿਣਤ ਹੋਰ ਬੱਚਿਆਂ ਦੇ ਸੁਪਨਿਆਂ ਦੀ ਵਕਾਲਤ ਕਰਨ ਅਤੇ ਇੱਕ ਅਜਿਹੀ ਦੁਨੀਆਂ ਲਈ ਲੜਨ ਦਾ ਇੱਕ ਖ਼ਾਮੋਸ਼ ਵਾਅਦਾ ਕੀਤਾ ਜਿੱਥੇ ਹਰ ਜਵਾਨ ਆਤਮਾ ਆਪਣੇ ਹਾਲਾਤਾਂ ਦੇ ਬੋਝ ਤੋਂ ਬਿਨਾਂ, ਵੱਧ-ਫੁੱਲ ਸਕੇ।

ਮੰਜੇ ਬਿਸਤਰੇ

ਬਹੁਤ ਸਮਾਂ ਪਹਿਲਾਂ, ਪੰਜਾਬ ਦੇ ਦਿਲ ਵਿੱਚ ਵਸੇ ਇੱਕ ਪਿੰਡ ਵਿੱਚ, ਮਹਿੰਦਰ ਕੌਰ ਨਾਮ ਦੀ ਇੱਕ ਬਿਸਤਰੇ ਬੁਣਨ ਵਾਲੀ ਬਜ਼ੁਰਗ ਔਰਤ ਰਹਿੰਦੀ ਸੀ। ਆਪਣੇ ਚਾਂਦੀ ਰੰਗ ਦੇ ਵਾਲਾਂ ਨੂੰ ਇੱਕ ਜੂੜੇ ਵਿੱਚ ਚੰਗੀ ਤਰ੍ਹਾਂ ਬੰਨ੍ਹਿਆ ਹੋਇਆ ਸੀ ਅਤੇ ਅੱਖਾਂ ਵਿੱਚੋਂ ਭਲਾਈ ਚਮਕਦੀ ਸੀ, ਉਹ ਪਿੰਡ ਦੇ ਹਰ ਘਰ ਵਿੱਚ ਇੱਕ ਜਾਣਿਆ-ਪਛਾਣਿਆ ਚਿਹਰਾ ਸੀ। ਮਹਿੰਦਰ ਕੌਰ ਕੋਲ ਮੰਜੇ ਤੇ ਬਿਸਤਰੇ ਬਣਾਉਣ ਦਾ ਕਮਾਲ ਦਾ ਹੁਨਰ ਸੀ, ਅਤੇ ਉਸਦੀ ਕਾਰੀਗਰੀ ਬੇਮਿਸਾਲ ਸੀ।

ਹਰ ਸਵੇਰ, ਜਿਵੇਂ ਸੂਰਜ ਚੜ੍ਹੁਨਾ ਸ਼ੁਰੂ ਹੁੰਦਾ ਅਤੇ ਅਸਮਾਨ ਨੂੰ ਸੋਨੇ ਦੇ ਰੰਗਾਂ ਨਾਲ ਰੰਗਦਾ ਮਹਿੰਦਰ ਕੌਰ ਆਪਣਾ ਸਾਜੋ ਸਮਾਨ ਆਪਣੇ ਕਮਜ਼ੋਰ ਮੋਢਿਆਂ 'ਤੇ ਲੱਦ ਦਿੰਦੀ। ਆਪਣੇ ਝੁਰੜੀਆਂ ਵਾਲੇ ਚਿਹਰੇ 'ਤੇ ਤਕੜੇ ਇਰਾਦੇ ਨਾਲ, ਉਸਨੇ ਆਪਣਾ ਰੋਜ਼ਾਨਾ ਸਫ਼ਰ ਸ਼ੁਰੂ ਕਰਨਾ। ਪਿੰਡ ਦਿਆਂ ਗਲੀਆਂ 'ਚ ਪੈਦਲ ਚਲ ਕੇ ਤੇ ਘਰ-ਘਰ ਜਾ ਕੇ ਉਹ ਮੰਜੇ-ਬਿਸਤਰੇ ਬੁਣਿਆ ਕਰਦੀ। ਪਿੰਡ ਵਾਸੀਆਂ ਨੇ ਉਸ ਦੇ ਬੇਮਿਸਾਲ ਹੁਨਰ ਤੋਂ ਜਾਣੂ ਹੋ ਕੇ ਉਸ ਦਾ ਆਪਣੇ ਘਰਾਂ ਵਿੱਚ ਖੁੱਲ੍ਹੇ ਆਮ ਸਵਾਗਤ ਕਰਿਆ ਕਰਨਾ। ਮਹਿੰਦਰ ਕੌਰ ਦੇ ਹੱਥ ਕਿਰਪਾ ਅਤੇ ਸਟੀਕਤਾ ਨਾਲ ਚਲਣ ਲਗ ਜਾਂਦੇ ਜਦੋਂ ਉਹ ਕੋਈ ਮੰਜਾ ਬਿਸਤਰਾ ਬੁਣਦੀ ਜਾਂ ਕੋਈ ਕਢਾਈ ਕਰਿਆ ਕਰਦੀ, ਗੁੰਝਲਦਾਰ ਨਮੂਨੇ ਬਣਾਇਆ ਕਰਦੀ ਜੋ ਪਰੰਪਰਾ ਅਤੇ ਵਿਰਸੇ ਦੀਆਂ ਕਹਾਣੀਆਂ

ਸੁਣਾਉਂਦੇ ਸਨ। ਉਸ ਦੀਆਂ ਉਂਗਲਾਂ ਮੰਜੇ ਦੀ ਰੱਸੀ ਦੇ ਨਾਲ-ਨਾਲ ਨੱਚਦੀਆਂ ਸਨ, ਰੰਗਾਂ ਵਿੱਚ ਉਲਝਦੀਆਂ ਸਨ ਜੋ ਪੰਜਾਬ ਦੇ ਜੀਵੰਤ ਸਭਿਆਚਾਰ ਨੂੰ ਦਰਸਾਉਂਦੀਆਂ ਸਨ। ਉਸ ਦੁਆਰਾ ਤਿਆਰ ਕੀਤੇ ਗਏ ਹਰੇਕ ਮੰਜੇ ਵਿੱਚ ਉਸਦੀ ਰੂਹ ਦਾ ਇੱਕ ਟੁਕੜਾ ਸੀ, ਜੋ ਉਸਦੀ ਕਲਾ ਲਈ ਉਸਦੇ ਪਿਆਰ ਦਾ ਇੱਕ ਰੂਪ ਸੀ।

ਸਾਲ ਬੀਤਦੇ ਗਏ ਤੇ ਪਿੰਡ ਨੇ ਮਹਿੰਦਰ ਕੌਰ ਦੀ ਇੱਕ ਜੋਸ਼ੀਲੀ ਮੌਜੂਦਗੀ ਨੂੰ ਹੌਲੀ-ਹੌਲੀ ਅਲੋਪ ਹੁੰਦਾ ਦੇਖਿਆ। ਉਸਦੇ ਕਦਮ ਹੌਲੀ ਹੋ ਗਏ, ਉਸਦੀ ਪਿੱਠ ਉਸਦੀ ਉਮਰ ਦੇ ਭਾਰ ਨਾਲ ਝੁਕ ਗਈ। ਫਿਰ ਵੀ, ਉਸਨੇ ਆਪਣੀ ਕਲਾ ਨੂੰ ਭੁੱਲਣ ਤੋਂ ਇਨਕਾਰ ਕਰਦੇ ਹੋਏ, ਬਿਸਤਰੇ ਬੁਣਨਾ ਜਾਰੀ ਰੱਖਿਆ। ਉਸ ਦੇ ਹੱਥ, ਜੋ ਹੁਣ ਖ਼ਰਾਬ ਅਤੇ ਨਾਜ਼ੁਕ ਹਨ, ਨੇ ਸ਼ਾਹਕਾਰ ਬਣਾਉਣਾ ਜਾਰੀ ਰੱਖਿਆ ਜਿਸ ਨੇ ਉਨ੍ਹਾਂ ਸਾਰਿਆਂ ਦੇ ਦਿਲਾਂ ਨੂੰ ਮੋਹ ਲਿਆ ਜੋ ਵੀ ਉਨ੍ਹਾਂ ਨੂੰ ਦੇਖਿਆ ਕਰਦਾ।

ਸਰਦੀਆਂ ਦਾ ਇੱਕ ਦਿਨ, ਜਦੋਂ ਪਿੰਡ ਠੰਡ ਦੇ ਕੋਰੇ ਦੀ ਚਾਦਰ ਵਿੱਚ ਲਪੇਟਿਆ ਹੋਇਆ ਸੀ, ਮਹਿੰਦਰ ਕੌਰ ਨੇ ਆਪਣਾ ਪਿੰਡ ਦਾ ਗੇੜਾ ਪੂਰਾ ਕਰਨ ਲਈ ਉੱਦਮ ਕੀਤਾ। ਹਾਲਾਂਕਿ, ਕਿਸਮਤ ਨੇ ਆਪਣੀ ਇੱਕ ਵਖਰੀ ਯੋਜਨਾ ਬੁਣੀ ਹੋਈ ਸੀ। ਥੱਕੀ ਹੋਈ ਅਤੇ ਕਮਜ਼ੋਰ, ਉਹ ਕੋਰੇ ਵਿੱਚ ਤੁਰਦੀ ਇੱਕ ਟੇਏ ਤੋਂ ਠੋਕਰ ਖਾ ਗਈ, ਉਸ ਦਾ ਸਰੀਰ ਇਸ ਤਕਲੀਫ਼ ਨੂੰ ਸਹਿਣ ਵਿੱਚ ਅਸਮਰਥ ਸੀ। ਪਿੰਡ ਵਾਲੇ ਉਸ ਵੱਲ ਭੱਜੇ, ਉਨ੍ਹਾਂ ਦੀਆਂ ਅੱਖਾਂ ਫਿਕਰ ਅਤੇ ਉਦਾਸੀ ਨਾਲ ਭਰ ਗਈਆਂ। ਪਿੰਡ ਵਾਸੀਆਂ ਨਾਲ ਘਿਰੀ, ਜਿਨ੍ਹਾਂ ਦੇ ਜੀਵਨ ਨੂੰ ਉਸਨੇ ਆਪਣੀ ਕਲਾ ਨਾਲ ਛੁਹਿਆ ਸੀ, ਮਹਿੰਦਰ ਕੌਰ ਨੇ ਆਖਰੀ ਸਾਹ ਲਿਆ। ਉਸਦੀ ਆਤਮਾ ਆਜ਼ਾਦ ਹੋ ਗਈ, ਇੱਕ ਵਿਰਾਸਤ ਛੱਡ ਕੇ ਜੋ ਪਿੰਡ ਵਾਸੀਆਂ ਦੇ ਦਿਲਾਂ ਵਿੱਚ ਸਦਾ ਲਈ ਉੱਕਰੀ ਰਹੇਗੀ। ਜੋ ਕੰਮ ਉਹ ਐਨੇ ਸਾਲਾਂ ਤੋਂ ਕਰ ਰਹੀ ਸੀ, ਉਹ ਉਸਦੀ ਅਡੁੱਤੀ ਭਾਵਨਾ ਅਤੇ ਅਟੁੱਟ ਸਮਰਪਣ ਦਾ ਪ੍ਰਮਾਣ ਸੀ।

ਅਗਲੇ ਦਿਨਾਂ ਵਿੱਚ, ਪਿੰਡ ਵਾਸੀਆਂ ਨੇ ਆਪਣੇ ਪਿਆਰੀ ਬਿਸਤਰੇ ਬੁਨਣ ਵਾਲੀ ਬੁੱਢੀ ਮਾਂ ਦੀ ਮੌਤ ਦਾ ਸੋਗ ਮਨਾਇਆ। ਹਰ ਘਰ ਜਿਸ ਵਿੱਚ ਉਹ ਗਈ ਸੀ, ਹਰ ਇੱਕ ਮੰਜਾ ਬਿਸਤਰਾ ਜਿਸ ਨੂੰ ਉਸਨੇ ਬਣਾਇਆ ਸੀ, ਹੁਣ ਇੱਕ ਕਮਾਲ ਦੀ ਔਰਤ ਦੀਆਂ ਯਾਦਾਂ ਰੱਖਦੇ ਹਨ ਜਿਸ ਨੇ ਉਹਨਾਂ ਦੇ ਜੀਵਨ ਵਿੱਚ ਆਪਣਾ ਰਾਹ ਬੁਣਿਆ ਸੀ। ਉਸ ਦੇ ਮੰਜਾ ਬੁਨਣ ਵਾਲੇ ਸਮਾਨ ਦੀ ਗਠੜੀ ਜੋ ਉਸਦੇ ਥੱਕੇ ਹੋਏ ਮੋਢਿਆਂ ਦੁਆਰਾ ਚੁੱਕੀ ਜਾਂਦੀ ਸੀ, ਨੂੰ ਪਿੰਡ ਦੇ ਚੌਂਕ ਵਿੱਚ ਇੱਕ ਸਥਾਈ ਸਥਾਨ ਮਿਲਿਆ, ਜੋ ਕਲਾ ਦੀ ਸ਼ਕਤੀ ਦਾ ਪ੍ਰਤੀਕ ਸੀ।

ਇਸ ਤਰ੍ਹਾਂ, ਪੰਜਾਬ ਦੇ ਇੱਕ ਪਿੰਡ ਦੀ ਬਿਸਤਰੇ ਬੁਣਨ ਵਾਲੀ ਬੁੱਢੀ ਮਾਂ ਮਹਿੰਦਰ ਕੌਰ ਦੀ ਕਹਾਣੀ ਇੱਕ ਪੀੜ੍ਹੀ ਤੋਂ ਅਗਲੀ ਪੀੜ੍ਹੀ ਤੱਕ ਗੁੰਜਦੀ ਰਹਿੰਦੀ ਹੈ। ਉਸ ਦੀਆਂ ਮੁਸ਼ਕਲਾਂ, ਉਸ ਦਾ ਕੰਮ ਪ੍ਰਤੀ ਸਮਰਪਣ, ਅਤੇ ਉਸ ਦਾ ਦਿਲ ਤੋੜਨ ਵਾਲਾ ਅੰਤ ਇਸ ਗੱਲ ਦੀ ਯਾਦ ਦਿਵਾਉਂਦਾ ਹੈ ਕਿ ਸੱਚੀ ਕਲਾ ਸਮੇਂ ਤੋਂ ਵੱਧ ਜਾਂਦੀ ਹੈ, ਜੋ ਕਿ ਇਸਦੀ ਸੁੰਦਰਤਾ ਨੂੰ ਵੇਖਣ ਵਾਲੇ ਚੰਗੀ ਕਿਸਮਤ ਵਾਲੇ ਲੋਕਾਂ 'ਤੇ ਸਦੀਵੀ ਪ੍ਰਭਾਵ ਛੱਡਦੀ ਹੈ। ਕਈ ਸਾਲ ਬੀਤ ਗਏ ਪਰ ਮਹਿੰਦਰ ਕੌਰ ਦੀ ਯਾਦ ਪਿੰਡ ਵਾਸੀਆਂ ਦੇ ਦਿਲਾਂ ਵਿੱਚ ਵਸ ਗਈ। ਪਿੰਡ ਦੇ ਚੌਂਕ ਵਿੱਚ ਉੱਚਾ ਖੜ੍ਹਾ ਉਸਦਾ ਕਰਘਾ, ਚਾਹਵਾਨ ਜੁਲਾਹੇ ਲਈ ਪ੍ਰੇਰਨਾ ਦਾ ਸਰੋਤ ਬਣ ਗਿਆ। ਜਿਵੇਂ-ਜਿਵੇਂ ਪਿੰਡ ਵੱਧਦਾ ਗਿਆ ਅਤੇ ਆਧੁਨਿਕਤਾ ਨੇ ਆਪਣੀਆਂ ਪਰੰਪਰਾਵਾਂ ਨੂੰ ਘੇਰਨਾ ਸ਼ੁਰੂ ਕੀਤਾ, ਬਿਸਤਰੇ ਬੁਨਣ ਦੀ ਕਲਾ ਅਲੋਪ ਹੋਣੀ ਸ਼ੁਰੂ ਹੋ ਗਈ। ਫੈਕਟਰੀਆਂ ਨੇ ਵੱਡੇ ਪੱਧਰ 'ਤੇ ਤਿਆਰ ਕੀਤੇ ਮੰਜੇ ਬਿਸਤਰੇ ਵੇਚਣੇ ਸ਼ੁਰੂ ਕਰ ਦਿੱਤੇ, ਆਤਮਾ ਅਤੇ ਕਾਰੀਗਰੀ ਤੋਂ ਰਹਿਤ ਜੋ ਮਹਿੰਦਰ ਕੌਰ ਨੇ ਆਪਣੀਆਂ ਰਚਨਾਵਾਂ ਵਿੱਚ ਡੋਲ੍ਹਿਆ ਸੀ। ਪਿੰਡ ਵਾਸੀਆਂ ਨੇ ਆਪਣੇ ਸੱਭਿਆਚਾਰਕ ਵਿਰਸੇ ਨੂੰ ਸੰਭਾਲਣ ਦੀ ਅਹਿਮੀਅਤ ਨੂੰ ਸਮਝਦੇ ਹੋਏ ਕਦਮ ਚੁੱਕਣ ਦਾ ਫੈਸਲਾ ਕੀਤਾ।

ਪੁਰਾਣੇ ਬੋਹੜ ਦੇ ਰੁੱਖ ਦੀ ਛਾਂ ਹੇਠ, ਬਜ਼ੁਰਗ ਅਤੇ ਨੈਜਵਾਨ ਮੰਜੇ ਬਿਸਤਰੇ ਦੀ ਬੁਣਾਈ ਦੀ ਕਲਾ ਨੂੰ ਮੁੜ ਸੁਰਜੀਤ ਕਰਨ ਦੇ ਤਰੀਕਿਆਂ ਬਾਰੇ ਚਰਚਾ ਕਰਨ ਲਈ ਇਕੱਠੇ ਹੋਏ। ਉਨ੍ਹਾਂ ਨੇ ਮਹਿੰਦਰ ਕੌਰ ਦੀਆਂ ਸਾਂਝੀਆਂ ਕੀਤੀਆਂ ਕਹਾਣੀਆਂ, ਉਸ ਦੁਆਰਾ ਬਣਾਏ ਗਏ ਗੁੰਝਲਦਾਰ ਨਮੂਨੇ, ਅਤੇ ਉਸ ਨੇ ਆਪਣੀ ਕਲਾ ਵਿੱਚ ਜੋ ਪਿਆਰ ਪਾਇਆ ਸੀ, ਨੂੰ ਯਾਦ ਕੀਤਾ। ਉਸਦੀ ਯਾਦ ਦਾ ਸਨਮਾਨ ਕਰਨ ਲਈ ਤਕੜੇ ਇਰਾਦੇ ਨਾਲ, ਉਹਨਾਂ ਨੇ ਇੱਕ ਬੁਣਾਈ ਸਕੂਲ ਦੀ ਸਥਾਪਨਾ ਕੀਤੀ। ਨੇੜਲੇ ਪਿੰਡਾਂ ਦੇ ਤਜ਼ਰਬੇਕਾਰ ਬੁਣਕਰਾਂ ਦੀ ਮਦਦ ਨਾਲ, ਸਕੂਲ ਕਲਾ ਅਤੇ ਪਰੰਪਰਾ ਦਾ ਪਨਾਹਗਾਹ ਬਣ ਗਿਆ। ਪੀੜ੍ਹੀ-ਦਰ-ਪੀੜ੍ਹੀ ਇਸ ਕਲਾ ਨੂੰ ਸਿੱਖਣ ਲਈ ਉਤਾਵਲੇ ਨੈਜਵਾਨਾਂ ਅਤੇ ਔਰਤਾਂ ਨੇ ਜਮਾਤਾਂ ਨੂੰ ਜੋਸ਼ ਨਾਲ ਭਰ ਦਿੱਤਾ। ਉਨ੍ਹਾਂ ਨੂੰ ਨਾ ਸਿਰਫ ਬੁਣਾਈ ਦੇ ਤਕਨੀਕੀ ਪਹਿਲੂ ਸਿਖਾਏ ਗਏ, ਸਗੋਂ ਮਿਹਨਤ ਅਤੇ ਪਿਆਰ ਦੀ ਭਾਵਨਾ ਵੀ ਸਿਖਾਈ ਗਈ ਜੋ ਮਹਿੰਦਰ ਕੌਰ ਨੇ ਧਾਰਨ ਕੀਤੀ ਸੀ। ਪਿੰਡ ਦੇ ਬਜ਼ੁਰਗਾਂ ਦੀਆਂ ਨਜ਼ਰਾਂ ਹੇਠ ਵਿਦਿਆਰਥੀਆਂ ਨੇ ਮੰਜੇ, ਬਿਸਤਰੇ ਬੁਣੇ ਜੋ ਪੰਜਾਬ ਦੀ ਮਹਿਕ ਨੂੰ ਬਿਆਨ ਕਰਦੇ ਸੀ। ਉਹਨਾਂ ਨੇ ਬੜੀ ਸਾਵਧਾਨੀ ਨਾਲ ਉਹਨਾਂ ਨਮੂਨਿਆਂ ਨੂੰ ਦੁਹਰਾਇਆ ਜੋ ਮਹਿੰਦਰ ਕੌਰ ਨੇ ਕਿਸੇ ਸਮੇਂ ਤਿਆਰ ਕੀਤੇ ਸਨ ਅਤੇ ਉਹਨਾਂ ਵਿੱਚ ਆਪਣਾ ਨਵੀਨਤਾ ਕਾਰੀ ਅਹਿਸਾਸ ਜੋੜਿਆ ਸੀ। ਸਕੂਲ ਗਤੀਵਿਧੀ ਦਾ ਕੇਂਦਰ ਬਣ ਗਿਆ, ਹਵਾ ਨੂੰ ਭਰਨ ਵਾਲੇ ਕਰਘਿਆਂ ਦੀਆਂ ਤਾਲਦਾਰ ਆਵਾਜ਼ਾਂ, ਹਾਸੇ ਅਤੇ ਚਾਅ ਦੀ ਖੁਸ਼ਬੂ ਨਾਲ ਰਲ ਜਾਂਦੀਆਂ। ਪਿੰਡ ਵਾਸੀਆਂ ਨੇ ਮਹਿਸੂਸ ਕੀਤਾ ਕਿ ਆਪਣੇ ਵਿਰਸੇ ਨੂੰ ਸੰਭਾਲਣਾ ਹੀ ਕਾਫ਼ੀ ਨਹੀਂ ਹੈ; ਉਹਨਾਂ ਨੂੰ ਆਪਣੀ ਕਲਾ ਨੂੰ ਦੁਨੀਆਂ ਸਾਹਮਣੇ ਦਿਖਾਉਣ ਦੀ ਲੋੜ ਸੀ। ਉਹਨਾਂ ਨੇ ਇੱਕ ਸਲਾਨਾ ਤਿਉਹਾਰ ਆਯੋਜਿਤ ਕੀਤਾ, ਜਿਸ ਵਿੱਚ ਮੰਜੇ ਬਿਸਤਰੇ ਬੁਣਨਾ, ਲੀੜਿਆਂ ਤੇ ਕਢਾਈ ਕਰਨਾ, ਇਸ ਤਰ੍ਹਾਂ ਦੇ ਕਈ ਪ੍ਰੋਗਰਾਮ ਰੱਖੇ। ਇਸ ਤਿਉਹਾਰ ਵਿੱਚ ਦੂਰ-ਦੂਰ ਤੋਂ ਲੋਕਾਂ ਨੂੰ

ਉਹਨਾਂ ਦੇ ਪਿੰਡ ਤੋਂ ਉੱਭਰਦੀ ਸੁੰਦਰਤਾ ਦਾ ਗਵਾਹ ਬਣਨ ਲਈ ਸੱਦਾ ਦਿੱਤਾ ਗਿਆ। ਕਲਾਕਾਰ ਅਤੇ ਵਿਦਵਾਨ ਆਪਣੀ ਸਭਿਆਚਾਰਕ ਵਿਰਾਸਤ ਲਈ ਪਿਆਰ ਅਤੇ ਸਤਿਕਾਰ ਨਾਲ ਬੁਣੇ ਗਏ ਗੁੰਝਲਦਾਰ ਨਮੂਨੇ 'ਤੇ ਹੈਰਾਨ ਹੋ ਗਏ।

ਤਿਉਹਾਰ ਦੀ ਖ਼ਬਰ ਫੈਲ ਗਈ, ਅਤੇ ਜਲਦੀ ਹੀ ਪੰਜਾਬ ਦਾ ਇਹ ਪਿੰਡ ਮੰਜੇ-ਬਿਸਤਰੇ ਦੀ ਬੁਆਈ ਦੇ ਜਾਦੂ ਦਾ ਅਨੁਭਵ ਕਰਨ ਦੀ ਇੱਛਾ ਰੱਖਣ ਵਾਲੇ ਯਾਤਰੀਆਂ ਲਈ ਇੱਕ ਮੰਜ਼ਿਲ ਬਣ ਗਿਆ। ਜੁਲਾਹੇ, ਜੋ ਕਦੇ ਉਨ੍ਹਾਂ ਦੀ ਕਲਾ ਗੁੰਮਨਾਮੀ ਵਿੱਚ ਅਲੋਪ ਹੋ ਜਾਣ ਦੇ ਖ਼ਤਰੇ ਦਾ ਸਾਹਮਣਾ ਕਰ ਰਹੇ ਸਨ, ਹੁਣ ਲੋਕਾਂ ਨੇ ਉਨ੍ਹਾਂ ਦੇ ਸ਼ਿਲਪ ਨੂੰ ਸਮਝਿਆ ਅਤੇ ਮੁੱਲ ਵਾਨ ਵੀ ਪਾਇਆ। ਪਿੰਡ ਦੀ ਆਰਥਿਕਤਾ ਦੀ ਉੱਨਤੀ ਹੋਈ, ਕਿਉਂਕਿ ਸੈਲਾਨੀਆਂ ਨੇ ਪਰੰਪਰਾ ਅਤੇ ਕਲਾ ਨਾਲ ਭਰੇ ਹੋਏ ਇਹ ਸ਼ਾਨਦਾਰ ਹੱਥ ਨਾਲ ਬੁਣੇ ਹੋਏ ਮੰਜੇ-ਬਿਸਤਰੇ ਖਰੀਦੇ।

ਮਹਿੰਦਰ ਕੌਰ ਦੀ ਰੂਹ ਆਪਣੇ ਪਿੰਡ ਤੇ ਖੁਸ਼ ਹੋਈ ਹੋਵੇਗੀ, ਇਹ ਜਾਣ ਕੇ ਕਿ ਉਸ ਦੀ ਵਿਰਾਸਤ ਨੂੰ ਨਵਾਂ ਜੀਵਨ ਮਿਲਿਆ ਹੈ। ਉਸਦੀ ਮੌਜੂਦਗੀ, ਭਾਵੇਂ ਕਿ ਹੁਣ ਸਰੀਰਕ ਨਹੀਂ ਹੈ, ਉਹ ਜੁਲਾਹਿਆਂ ਦੇ ਸਾਜੋ ਸਮਾਨ ਵਿੱਚ ਰਹਿੰਦੀ ਹੈ ਜਿਨ੍ਹਾਂ ਨੂੰ ਉਸਨੇ ਪ੍ਰੇਰਿਤ ਕੀਤਾ ਸੀ। ਅਤੇ ਪੁਰਾਣਾ ਬੋਹੜ ਦਾ ਦਰੱਖਤ, ਉਹਨਾਂ ਦੇ ਸਫ਼ਰ ਦਾ ਗਵਾਹ, ਖੁਸ਼ੀ ਦੀ ਪਰਵਾਨਗੀ ਵਿੱਚ ਹਿੱਲ ਗਿਆ, ਇਸ ਦੀਆਂ ਟਾਹਣੀਆਂ ਉਹਨਾਂ ਲੋਕਾਂ ਦੇ ਸੁਪਨਿਆਂ ਨੂੰ ਗਲੇ

ਲਾ ਰਹੀਆਂ ਹਨ ਜਿੰਨਾਂ ਨੇ ਮਹਿੰਦਰ ਕੌਰ ਦੇ ਨਕਸ਼ੇ ਕਦਮਾਂ ਤੇ ਚਲਣ ਦੀ ਹਿੰਮਤ ਕੀਤੀ।

ਮਹਿੰਦਰ ਕੌਰ ਦੀ ਦਿਲ ਦਹਿਲਾ ਦੇਣ ਵਾਲੀ ਕਹਾਣੀ, ਏਕਤਾ ਅਤੇ ਸਮੇਂ ਨੂੰ ਪਾਰ ਕਰਨ ਦੀ ਕਲਾ ਦੀ ਸ਼ਕਤੀ ਦੀ ਕਹਾਣੀ ਵਿੱਚ ਬਦਲ ਗਈ। ਪਿੰਡ ਵਾਸੀਆਂ ਨੇ ਆਪਣੀ ਅਟੁੱਟ ਮਿਹਨਤ ਦੇ ਨਾਲ, ਇੱਕ ਦੁਖ ਨੂੰ ਇੱਕ ਜਿੱਤ ਵਿੱਚ ਬਦਲ ਦਿੱਤਾ, ਇਹ ਪੱਕਾ ਕੀਤਾ ਕਿ

ਮੰਜੇ ਬਿਸਤਰੇ ਬੁਣਨ ਦੀ ਕਲਾ ਆਉਣ ਵਾਲੀਆਂ ਪੀੜ੍ਹੀਆਂ ਵੱਲੋਂ ਵੀ ਅਪਣਾਈ ਜਾਵੇਗੀ। ਅਤੇ ਹਰ ਬੁਣੇ ਹੋਏ ਮੰਜੇ ਵਿੱਚ, ਮਹਿੰਦਰ ਕੈਰ ਦੀ ਆਤਮਾ ਗੂੰਜਦੀ ਹੈ, "ਕਦੇ ਵੀ ਇਹ ਨਾ ਭੁੱਲੋ ਕਿ ਅਸੀਂ ਕੌਣ ਹਾਂ ਅਤੇ ਅਸੀਂ ਕਿੱਥੋਂ ਆਏ ਹਾਂ, ਕਿਉਂਕਿ ਸਾਡੀਆਂ ਪਰੰਪਰਾਵਾਂ ਸਾਡੀ ਹੋਂਦ ਦੀ ਰੂਹ ਹਨ।"

ਜਿਵੇਂ-ਜਿਵੇਂ ਸਾਲਾਨਾ ਮੰਜੇ ਬਿਸਤਰੇ ਤਿਉਹਾਰ ਦੀ ਪ੍ਰਸਿੱਧੀ ਵੱਧਦੀ ਗਈ, ਇਸਨੇ ਸ਼ਹਿਰ ਦੀ ਇੱਕ ਮਸ਼ਹੂਰ ਆਰਟ ਗੈਲਰੀ ਦੇ ਸੰਚਾਲਕ ਦਾ ਧਿਆਨ ਖਿੱਚਿਆ। ਮਹਿੰਦਰ ਕੈਰ ਦੀ ਕਾਰੀਗਰੀ ਦੀਆਂ ਕਹਾਣੀਆਂ ਅਤੇ ਪਿੰਡ ਵਿੱਚ ਬਿਸਤਰੇ ਦੀ ਬੁਣਾਈ ਦੀ ਪੁਨਰ ਸੁਰਜੀਤੀ ਤੋਂ ਪ੍ਰਭਾਵਿਤ ਹੋ ਕੇ, ਸੰਚਾਲਕ ਇਸ ਜਾਦੂ ਰੂਪੀ ਕਲਾ ਨੂੰ ਖ਼ੁਦ ਦੇਖਣ ਲਈ ਪਿੰਡ ਆਇਆ। ਕਲਾਕਾਰੀ ਅਤੇ ਪਿੰਡ ਵਾਸੀਆਂ ਵੱਲੋਂ ਸਾਂਝੀਆਂ ਕੀਤੀਆਂ ਦਿਲਕਸ਼ ਕਹਾਣੀਆਂ ਤੋਂ ਪ੍ਰਭਾਵਿਤ ਹੋ ਕੇ, ਸੰਚਾਲਕ ਨੇ ਇੱਕ ਸ਼ਾਨਦਾਰ ਵਿਚਾਰ ਪੇਸ਼ ਕੀਤਾ। ਉਸਨੇ ਇੱਕ ਪ੍ਰਦਰਸ਼ਨੀ ਕਰਵਾਉਣ ਲਈ ਕਿਹਾ ਜੋ ਪੁਰਾਣੇ ਅਤੇ ਨਵੇਂ ਵਿਚਕਾਰ ਪਾੜੇ ਨੂੰ ਪੂਰਾ ਕਰਦੇ ਹੋਏ, ਸਮਕਾਲੀ ਕਲਾ ਦੇ ਨਾਲ-ਨਾਲ ਰਵਾਇਤੀ ਬਿਸਤਰੇ ਦੀ ਬੁਣਾਈ ਨੂੰ ਪ੍ਰਦਰਸ਼ਿਤ ਕਰੇਗੀ। ਇਹ ਸਹਿਯੋਗ ਨਾ ਸਿਰਫ ਪਿੰਡ ਦੀ ਪਛਾਣ ਲਿਆਵੇਗਾ ਸਗੋਂ ਬੁਣਕਰਾਂ ਲਈ ਆਪਣੀ ਰਚਨਾ ਨੂੰ ਨਵੇਂ ਪਹਿਲੂਆਂ ਵਿੱਚ ਖੋਜਣ ਦਾ ਮੌਕਾ ਵੀ ਦੇਵੇਗਾ। ਇਹ ਖ਼ਬਰ ਸਾਰੇ ਪਿੰਡ ਵਿੱਚ ਫੈਲਦਿਆਂ ਹੀ ਮਾਹੌਲ ਖ਼ੁਸ਼ੀ ਨਾਲ ਭਰ ਗਿਆ। ਜੁਲਾਹੇ ਜੋ ਕਦੇ ਨਿਮਰ ਕਾਰੀਗਰ ਵੱਲੋਂ ਜਾਣੇ ਜਾਂਦੇ ਸੀ, ਹੁਣ ਕਲਾਕਾਰਾਂ ਵਜੋਂ ਦੇਖੇ ਜਾਂਦੇ ਸਨ ਜਿਨ੍ਹਾਂ ਦੀਆਂ ਰਚਨਾਵਾਂ ਸ਼ਹਿਰ ਦੇ ਦਿਲ ਵਿੱਚ ਪ੍ਰਦਰਸ਼ਿਤ ਕੀਤੀਆਂ ਜਾਣਗੀਆਂ। ਉਨ੍ਹਾਂ ਨੇ ਆਪਣੀ ਕਲਾ ਦੀਆਂ ਸੀਮਾਵਾਂ ਨੂੰ ਅੱਗੇ ਵਧਾਉਣ ਦੇ ਇਸ ਮੌਕੇ ਨੂੰ ਉਤਸੁਕਤਾ ਨਾਲ ਅਪਣਾਇਆ, ਆਪਣੇ ਰਵਾਇਤੀ ਡਿਜ਼ਾਈਨਾਂ ਨੂੰ ਆਧੁਨਿਕ ਤੱਤਾਂ ਨਾਲ ਭਰਿਆ।

ਮਹੀਨਿਆਂ ਦੀ ਮਿਹਨਤ ਅਤੇ ਸਹਿਯੋਗ ਦਾ ਨਤੀਜਾ ਨਿਕਲਿਆ। ਬੁਣਕਰਾਂ ਨੇ ਆਪਣੇ ਸੰਕਲਪਾਂ ਦੇ ਨਾਲ ਰਵਾਇਤੀ ਨਮੂਨੇ ਨੂੰ ਮਿਲਾਉਂਦੇ ਹੋਏ, ਗੈਰ-ਰਵਾਇਤੀ ਸਮੱਗਰੀ ਨਾਲ ਪ੍ਰਯੋਗ ਕੀਤਾ। ਉਨ੍ਹਾਂ ਦੇ ਬਿਸਤਰੇ ਕੈਨਵਸ ਬਣ ਗਏ ਜੋ ਸਿਰਫ਼ ਪੰਜਾਬ ਦੀ ਸਭਿਆਚਾਰਕ ਵਿਰਾਸਤ ਦੀ ਸੁੰਦਰਤਾ ਨੂੰ ਹੀ ਨਹੀਂ, ਸਗੋਂ ਸਮਕਾਲੀ ਕਲਾ ਦੀ ਜੀਵੰਤ ਭਾਵਨਾ ਨੂੰ ਵੀ ਦਰਸਾਉਂਦੇ ਹਨ।

ਪ੍ਰਦਰਸ਼ਨੀ ਦਾ ਦਿਨ ਆ ਗਿਆ, ਆਰਟ ਗੈਲਰੀ ਸੁਪਨਿਆਂ ਦੇ ਰੰਗ ਵਿੱਚ ਬਦਲ ਗਈ। ਜੀਵਨ ਦੇ ਸਾਰੇ ਖੇਤਰਾਂ ਦੇ ਸੈਲਾਨੀ ਆਪਣੀਆਂ ਅੱਖਾਂ ਦੇ ਸਾਹਮਣੇ ਪ੍ਰਦਰਸ਼ਿਤ ਪਰੰਪਰਾ ਅਤੇ ਨਵੀਨਤਾ ਦੇ ਜੋੜ ਤੋਂ ਹੈਰਾਨ ਹੋਏ। ਹਰੇਕ ਬਿਸਤਰੇ ਵਿੱਚ ਇੱਕ ਕਹਾਣੀ ਹੁੰਦੀ ਹੈ, ਜਜ਼ਬਾਤਾਂ ਦਾ ਇੱਕ ਸਫ਼ਰ ਇਸ ਦੇ ਤਾਣੇ-ਬਾਣੇ ਵਿੱਚ ਬੁਣਿਆ ਜਾਂਦਾ ਹੈ, ਜਿਸ ਵਿੱਚ ਪਿੰਡ ਦੇ ਤੱਤ ਅਤੇ ਇਸ ਦੇ ਲੋਕਾਂ ਦੀ ਮਿਹਨਤ ਨੂੰ ਪਰੋਇਆ ਜਾਂਦਾ ਹੈ।

ਪ੍ਰਦਰਸ਼ਨੀ ਇੱਕ ਸ਼ਾਨਦਾਰ ਸਫਲਤਾ ਸੀ, ਜਿਸ ਨੇ ਖ਼ੂਬ ਵਡਿਆਈ ਹਾਸਲ ਕੀਤੀ ਅਤੇ ਦੂਰ-ਦੁਰਾਡੇ ਤੋਂ ਕਲਾ ਪ੍ਰੇਮੀਆਂ ਨੂੰ ਆਕਰਸ਼ਿਤ ਕੀਤਾ। ਜੁਲਾਹੇ, ਜੋ ਕਿ ਹੁਣ ਮਾਸਟਰ ਕਲਾਕਾਰ ਵਜੋਂ ਪਛਾਣੇ ਜਾਂਦੇ ਹਨ, ਹੁਣ ਪਿੰਡ ਤੱਕ ਹੀ ਸੀਮਤ ਨਹੀਂ ਰਹੇ। ਉਨ੍ਹਾਂ ਦੀਆਂ ਰਚਨਾਵਾਂ ਨੂੰ ਕਲਾ ਪ੍ਰੇਮੀਆਂ ਅਤੇ ਅਜਾਇਬ ਘਰਾਂ ਦੁਆਰਾ ਮੰਗਿਆ ਗਿਆ, ਬਿਸਤਰੇ ਦੀ ਬੁਣਾਈ ਦੀ ਕਲਾ ਨੂੰ ਨਵੀਆਂ ਉਚਾਈਆਂ ਤੱਕ ਪਹੁੰਚਾਇਆ ਗਿਆ। ਪਿੰਡ ਵਾਸੀ ਖ਼ੁਸ਼ ਹੋਏ, ਕਿਉਂਕਿ ਉਨ੍ਹਾਂ ਦੇ ਪਿਆਰੇ ਸ਼ਿਲਪ ਨੂੰ ਸੰਸਾਰ ਵਿੱਚ ਆਪਣਾ ਸਥਾਨ ਮਿਲ ਗਿਆ ਸੀ। ਮਹਿੰਦਰ ਕੌਰ ਦੀ ਵਿਰਾਸਤ ਉਨ੍ਹਾਂ ਦੇ ਪਿੰਡ ਦੀਆਂ ਸੀਮਾਵਾਂ ਤੋਂ ਪਾਰ ਹੋ ਗਈ ਸੀ, ਕਲਾ ਦੇ ਦ੍ਰਿਸ਼ 'ਤੇ ਅਮਿੱਟ ਛਾਪ ਛੱਡ ਗਈ ਸੀ। ਅਤੇ ਜਿਵੇਂ-ਜਿਵੇਂ ਜੁਲਾਹਿਆਂ ਨੇ ਸਿਰਜਣਾ ਜਾਰੀ ਰੱਖਿਆ, ਉਨ੍ਹਾਂ ਦੇ ਦਿਲ ਉਸ ਨਿਮਰ ਬਜ਼ੁਰਗ ਔਰਤ ਨਾਲ ਜੁੜੇ ਰਹੇ, ਜਿਸ ਨੇ ਉਨ੍ਹਾਂ ਦੇ ਜਨੂੰਨ ਨੂੰ ਜਗਾਉਣ ਵਾਲੀ ਚੰਗਿਆੜੀ ਨੂੰ ਜਗਾਇਆ ਸੀ।

ਮਹਿੰਦਰ ਕੌਰ ਅਤੇ ਪੰਜਾਬ ਦੇ ਇਸ ਪਿੰਡ ਦੀ ਕਹਾਣੀ ਅਣਗਿਣਤ ਵਿਅਕਤੀਆਂ ਲਈ ਪ੍ਰੇਰਨਾ ਸਰੋਤ ਬਣੀ। ਇਸ ਨੇ ਉਨ੍ਹਾਂ ਨੂੰ ਸਿਖਾਇਆ ਕਿ ਮੁਸ਼ਕਲਾਂ ਦੇ ਬਾਵਜੂਦ, ਪਰੰਪਰਾਵਾਂ ਨੂੰ ਮੁੜ ਸੁਰਜੀਤ ਕੀਤਾ ਜਾ ਸਕਦਾ ਹੈ, ਅਤੇ ਸੁਪਨਿਆਂ ਨੂੰ ਸਾਕਾਰ ਕੀਤਾ ਜਾ ਸਕਦਾ ਹੈ। ਅਤੇ ਜਿਵੇਂ ਹੀ ਜੁਲਾਹੇ ਆਪਣੇ ਬਿਸਤਰੇ ਬੁਣਦੇ ਸਨ, ਉਹਨਾਂ ਨੇ ਬੁੱਢੀ ਔਰਤ ਲਈ ਧੰਨਵਾਦ ਦੇ ਸ਼ਬਦ ਬੋਲੇ ਜਿਸ ਨੇ ਅਣਜਾਣੇ ਵਿੱਚ ਉਹਨਾਂ ਨੂੰ ਇੱਕ ਤੋਹਫ਼ਾ ਦਿੱਤਾ ਸੀ ਜੋ ਉਹਨਾਂ ਦੀ ਕਿਸਮਤ ਨੂੰ ਹਮੇਸ਼ਾ ਲਈ ਚੰਗਾ ਆਕਾਰ ਦੇ ਗਿਆ।

ਪੰਜਾਬ ਅਤੇ ਉਸ ਦੇ ਪਿੰਡ ਦੀ ਬਿਸਤਰੇ ਬੁਣਨ ਵਾਲੀ ਬਜ਼ੁਰਗ ਔਰਤ ਦੀ ਕਹਾਣੀ ਪੰਜਾਬ ਦੇ ਸਭਿਆਚਾਰਕ ਵਿਰਸੇ ਦੇ ਇਤਿਹਾਸ ਵਿੱਚ ਉਕਰੀ ਹੋਈ ਹੈ, ਜੋ ਜੀਵਨ ਨੂੰ ਬਦਲਣ ਅਤੇ ਪੀੜ੍ਹੀਆਂ ਨੂੰ ਜੋੜੇ ਰੱਖਣ ਵਾਲੀ ਕਲਾ ਦੀ ਸ਼ਕਤੀ ਦਾ ਪ੍ਰਮਾਣ ਹੈ। ਜਦੋਂ ਵੀ ਕੋਈ ਸੁੰਦਰ ਬੁਣੇ ਹੋਏ ਬਿਸਤਰੇ 'ਤੇ ਲੇਟਦਾ ਸੀ, ਤਾਂ ਉਹ ਮਹਿੰਦਰ ਕੌਰ ਦੇ ਪਿਆਰ, ਸਮਰਪਣ ਅਤੇ ਭਾਵਨਾ ਨੂੰ ਮਹਿਸੂਸ ਕਰ ਸਕਦਾ ਸੀ ਤੇ ਇੱਕ ਸਰਪ੍ਰਸਤ ਦੂਤ ਉਨ੍ਹਾਂ ਦੀ ਨਿਗਰਾਨੀ ਕਰ ਰਿਹਾ ਸੀ, ਇਹ ਸੁਨਿਸਚਿਤ ਕਰਦਾ ਸੀ ਕਿ ਉਸਦੀ ਕਲਾ ਸਦੀਵੀ ਸਮੇਂ ਲਈ ਆਪਣਾ ਜਾਦੂ ਬੁਣਦੀ ਰਹੇਗੀ।

ਅੱਜ ਦੇ ਮੰਗਤੇ

ਮੈਂ ਤੇ ਨੀਲੂ ਇੱਕ ਵਿਆਹ ਤੇ ਗਏ। ਪੂਰੇ ਰੀਤੀ-ਰਿਵਾਜਾਂ ਤੇ ਧੂਮ-ਧਾਮ ਨਾਲ ਵਿਆਹ ਹੋ ਰਿਹਾ ਸੀ। ਆਪਸ 'ਚ ਗੱਲਾਂ ਬਾਤਾਂ ਕਰਦੇ ਮੇਰਾ ਧਿਆਨ ਇੱਕ ਪਾਸੇ ਗਿਆ। ਇੱਕ ਮੇਜ਼ ਦੇ ਕੁਰਸੀਆਂ ਤੇ ਦੇ ਸਿਆਣੇ-ਬਿਆਣੇ ਬੰਦੇ ਕਾਪੀ ਪੈਨ ਲੈ ਕੇ ਬੈਠੇ ਹੋਏ ਸੀ। ਮੈਂ ਬੜੀ ਗੁੱਝੀ ਸੋਚ 'ਚ ਚਲਾ ਗਿਆ।

ਮੇਰਾ ਸੋਚਣਾ ਸੀ ਕਿ ਇਹੋ ਜਿਹਾ ਕਿਹੜਾ ਹਿਸਾਬ ਹੈ ਜੋ ਇਹ ਵਿਆਹ ਦੇ ਵਿੱਚ ਵਿਚਾਲੇ ਕਰੀ ਜਾਂਦੇ ਹਨ। ਮੈਨੂੰ ਭੋਰਾ ਸਮਝ ਨਾ ਲੱਗੀ ਕਿ ਇਹ ਕੀ ਹੋ ਰਿਹਾ ਸੀ।

ਮੈਂ ਨੀਲੂ ਨੂੰ ਪੁੱਛਿਆ, "ਨੀਲੂ ਭਲਾ ਤੈਨੂੰ ਪਤਾ ਏਥੇ ਕੀ ਹੋ ਰਿਹਾ?"

ਨੀਲੂ – "ਇਹ ਨਿਓਂਦਰਾ ਇਕੱਠਾ ਕਰਦੇ ਪਏ ਆ।"

ਮੈਂ – "ਨਿਓਂਦਰਾ! ਇਹ ਕੀ ਹੁੰਦਾ?"

ਨੀਲੂ – "ਜਿਨ੍ਹਾਂ ਘਰੇ ਵਿਆਹ ਹੁੰਦਾ ਉਹ ਆਪਣੇ ਰਿਸ਼ਤੇਦਾਰਾਂ ਤੋਂ ਪੈਸੇ ਲੈਂਦੇ ਆ।"

ਮੈਂ – "ਕਮਾਲ ਆ ਯਾਰ ਜੇ ਪੈਸੇ ਨੀ ਹੈਗੇ ਤਾਂ ਸਾਦਾ ਜਾ ਵਿਆਹ ਕਰ ਲੈਣ। ਗੁਰੂ ਘਰ ਜਾ ਕੇ ਵਿਆਹ ਕਰਨ ਤੇ ਦਾਲ ਫੁਲਕਾ ਛਕ ਕੇ ਵਿਆਹ ਹੋਜੂ, ਮੰਗ ਕੇ ਸ਼ੋਸ਼ਾ ਕਰਨ ਦਾ ਕੀ ਫਾਇਦਾ।"

ਨੀਲੂ - "ਅਸਲ ਵਿੱਚ ਨਿਓਂਦਰਾ ਇੱਕ ਤਰ੍ਹਾਂ ਦਾ ਰਿਵਾਜ ਹੀ ਆ। ਆਪਣੇ ਬਜ਼ੁਰਗਾਂ ਦੇ ਸਮੇਂ ਲੋਕਾਂ ਕੋਲ ਪੈਸੇ ਨਹੀਂ ਸੀ ਹੁੰਦੇ ਤੇ ਵਿਆਹ ਦੇ ਸਮੇਂ ਉਹਨਾਂ ਇੱਕ ਰੀਤ ਚਲਾਈ ਤੇ ਜਦੋਂ ਕਿਸੇ ਰਿਸ਼ਤੇਦਾਰ ਘਰੇ ਵਿਆਹ ਹੁੰਦਾ ਤਾਂ ਸਾਰੇ ਥੋੜ੍ਹੇ-ਥੋੜ੍ਹੇ ਪੈਸੇ ਦੇ ਕੇ ਮਦਦ ਕਰਦੇ ਸੀ। ਇਸ ਰੀਤ ਨੂੰ ਉਹਨਾਂ ਨਿਓਂਦਰੇ ਦਾ ਨਾਂ ਦਿੱਤਾ ਸੀ। ਗੱਲ ਇਹ ਵੀ ਆ ਕਿ ਉਦੋਂ ਕੋਈ ਮੰਗਦਾ ਨੀ ਸੀ। ਜਿਹਦੇ ਕੋਲ ਹੁੰਦੇ ਉਹ ਦੇ ਦਿੰਦਾ ਸੀ। ਪਰ ਅੱਜ-ਕੱਲ ਤਾਂ ਸਾਰੇ ਟੈਂਹਰ ਨਾਲ ਮੰਗਦੇ ਆ ਤੇ ਦੂਸਰਿਆਂ ਦੀ ਜੇਬ ਚੋਂ ਕੱਢਣ ਤੱਕ ਜਾਂਦੇ ਆ।"

ਮੈਂ - "ਇਹ ਤਾਂ ਮੰਗਤਿਆਂ ਆਲਾ ਕੰਮ ਹੋਇਆ।"

ਨੀਲੂ - "ਨਹੀਂ ਫਰਕ ਆ।"

ਮੈਂ - "ਕੀ?"

ਨੀਲੂ - "ਮੰਗਤੇ ਲਈ ਮੰਗਣਾ ਇੱਕ ਮਜਬੂਰੀ ਆ। ਤੇ ਆਪਣੇ ਆਲਿਆਂ ਲਈ ਮੰਗਣਾ ਇੱਕ ਚਾਅ ਦੀ ਤਰ੍ਹਾਂ ਆ।"

ਬੱਸ ਆਹੀ ਫਰਕ ਆ ਦੋਹਾਂ 'ਚ।

ਚੋਰੀ

ਇੱਕ ਰਾਜੇ ਦੇ ਮਹਿਲ 'ਚੋਂ ਗਹਿਣਿਆਂ ਦੀ ਚੋਰੀ ਹੋ ਗਈ। ਸ਼ੱਕ ਉਹਦੇ ਵਜ਼ੀਰ ਤੇ ਇੱਕ ਧੋਬੀ ਤੇ ਆਇਆ। ਉਹਨਾਂ ਦੋਹਾਂ ਨੂੰ ਦਰਬਾਰ 'ਚ ਪੇਸ਼ ਕੀਤਾ ਗਿਆ ਤੇ ਸਾਰੀ ਸਭਾ ਆਲੇ ਧੋਬੀ ਤੇ ਇਲਜ਼ਾਮ ਲਾਉਣ ਲੱਗ ਪਏ। ਸਾਰਿਆਂ ਦਾ ਕਹਿਣਾ ਸੀ ਕਿ ਇਹ ਗਰੀਬ ਏ ਇਸ ਕਰਕੇ ਚੋਰੀ ਇਹਨੇ ਹੀ ਕੀਤੀ ਹੋਣੀ ਹੈ। ਇਹ ਸੁਣ ਕੇ ਧੋਬੀ ਰੋਣ ਲੱਗ ਪਿਆ ਤੇ ਹੱਥ ਜੋੜ ਕੇ ਕਹਿੰਦਾ "ਮਹਾਰਾਜ ਮੈਂ ਗਰੀਬ ਜ਼ਰੂਰ ਹਾਂ ਪਰ ਚੋਰ ਨਹੀਂ।"

ਰਾਜਾ ਚੱਕਰਾਂ 'ਚ ਪੈ ਗਿਆ ਕਿ ਹੁਣ ਅਸਲੀ ਚੋਰ ਦਾ ਪਤਾ ਕਿਵੇਂ ਲਾਇਆ ਜਾਵੇ। ਰਾਜੇ ਨੇ ਥੋੜ੍ਹੀ ਦੇਰ ਸੋਚ ਕੇ ਆਪਣੇ ਮੰਤਰੀ ਦੇ ਕੰਨ 'ਚ ਕੁਝ ਕਿਹਾ। ਝੱਟ ਨੂੰ ਚਾਰ ਬਕਸੇ ਦਰਬਾਰ ਵਿੱਚ ਲਿਆਂਦੇ ਗਏ। ਦੋ ਵਿੱਚ ਭੋਜਨ ਲਈ ਰਾਸ਼ਨ ਸੀ ਤੇ ਦੋ ਸੋਨੇ ਤੇ ਹੀਰਿਆਂ ਨਾਲ ਭਰੇ ਸੀ। ਰਾਜੇ ਨੇ ਧੋਬੀ ਤੇ ਵਜ਼ੀਰ ਸਾਹਮਣੇ ਦੋ-ਦੋ ਬਕਸੇ ਰਖਵਾ ਦਿੱਤੇ ਤੇ ਕਿਹਾ ਦੋਵੇਂ ਆਪਣੀ-ਆਪਣੀ ਪਸੰਦ ਦਾ ਬਕਸਾ ਚੁੱਕੋ ਤੇ ਮੇਰੇ ਰਾਜ ਚੋਂ ਦਫ਼ਾ ਹੋ ਜੋ। ਵਜ਼ੀਰ ਨੇ ਜਲਦੀ-ਜਲਦੀ ਸੋਨੇ ਤੇ ਹੀਰਿਆਂ ਵਾਲਾ ਬਕਸਾ ਚੁੱਕ ਲਿਆ ਤੇ ਧੋਬੀ ਨੇ ਖੁਸ਼ੀ-ਖੁਸ਼ੀ ਭੋਜਨ ਵਾਲਾ ਬਕਸਾ ਚੁੱਕ ਲਿਆ।

ਦੋਵੇਂ ਦਰਬਾਰ ਚੋਂ ਨਿਕਲਣ ਲੱਗੇ ਤੇ ਰਾਜੇ ਨੇ ਦੋਵਾਂ ਨੂੰ ਰੋਕ ਲਿਆ। ਰਾਜੇ ਨੇ ਕਿਹਾ ਚੋਰੀ ਵਜ਼ੀਰ ਨੇ ਕੀਤੀ ਹੈ ਕਿਉਂਕਿ ਇਹਦੇ

ਮੰਨ ਵਿੱਚ ਮਾਇਆ ਪ੍ਰਤੀ ਲਾਲਚ ਹੈ ਇਸੇ ਕਰਕੇ ਇਹਨੇ ਗਹਿਣਿਆਂ ਦਾ ਬਕਸਾ ਚੁਣਿਆ। ਰਾਜੇ ਨੇ ਉਸ ਨੂੰ ਮੌਤ ਦੀ ਸਜ਼ਾ ਦਾ ਹੁਕਮ ਦੇ ਦਿੱਤਾ। ਵਜ਼ੀਰ ਮਾਫ਼ੀ ਮੰਗਦਾ ਰਿਹਾ ਪਰ ਉਸ ਨੂੰ ਫਾਂਸੀ ਦੀ ਸਜ਼ਾ ਦੇ ਦਿੱਤੀ ਗਈ।

ਫਿਰ ਰਾਜੇ ਨੇ ਧੋਬੀ ਨੂੰ ਪੁੱਛਿਆ, "ਤੂੰ ਮਾਇਆ ਦਾ ਛੱਡ ਭੋਜਨ ਦਾ ਬਕਸਾ ਕਿਉਂ ਚੁਣਿਆ?" ਧੋਬੀ ਦਾ ਜਵਾਬ ਆਇਆ, "ਮੇਰੇ ਮਾਲਕ ਮਾਇਆ ਖੁਸ਼ੀ ਤਾਂ ਖਰੀਦ ਸਕਦੀ ਏ ਪਰ ਮੰਨ ਦੀ ਤਸੱਲੀ ਨੀ।" ਇਸੇ ਨਾਲ ਹੀ ਰਾਜੇ ਨੇ ਧੋਬੀ ਨੂੰ ਗਹਿਣਿਆਂ ਦਾ ਬਕਸਾ ਇਨਾਮ ਵਜੋਂ ਦੇ ਦਿੱਤਾ।

ਭੋਜਨ ਦੀ ਕਦਰ

ਇੱਕ ਦਿਨ ਦਫਤਰ 'ਚ ਬੈਠਾ ਸੀ ਤੇ ਮੇਰੇ ਦੋਸਤਾਂ ਦਾ ਫੋਨ ਆਇਆ ਕਿ ਆ ਜਾਵੀਂ ਅੱਜ ਦੁਪਹਿਰੇ ਆਪਾਂ ਸਾਰੇ ਇਕੱਠੇ ਹੋ ਕੇ ਮਹਿਫ਼ਲ ਲਾਵਾਂਗੋ। ਮੈਂ ਕਿਹਾ ਠੀਕ ਹੈ।

ਮੈਂ ਦਫਤਰੋਂ ਅੱਧੀ ਛੁੱਟੀ ਲਿੱਤੀ ਤੇ ਦੁਪਹਿਰ ਦੀ ਰੋਟੀ ਵੀ ਨੀ ਖਾਦੀ। ਸਾਰੇ ਯਾਰ ਬੇਲੀ ਇਕੱਠੇ ਹੋਏ ਤੇ ਖਾਣ ਪੀਣ ਕਿਸੇ ਚੰਗੇ ਹੋਟਲ ਚਲੇ ਗਏ। ਅੰਦਰ ਜਾਣ ਤੋਂ ਪਹਿਲਾਂ ਮੈਂ ਆਪਣੀ ਰੋਟੀ ਜੋ ਦੁਪਹਿਰ ਦੀ ਬਚੀ ਸੀ ਕੂੜੇਦਾਨ ਵਿੱਚ ਸੁੱਟੀ ਤੇ ਅੱਗੇ ਨੂੰ ਤੁਰ ਪਿਆ। ਅਚਾਨਕ ਮੈਂ ਪਿੱਛਾਂ ਨੂੰ ਵੇਖਿਆ ਤਾਂ ਦੋ ਨਿੱਕੇ ਜਵਾਕ ਕੂੜੇਦਾਨ ਵਿੱਚੋਂ ਰੋਟੀ ਕੱਢ ਕੇ ਖਾਣ ਲੱਗ ਪਏ। ਮੈਂ ਇਹ ਦੇਖ ਕੇ ਹੈਰਾਨ ਹੋ ਗਿਆ। ਮੇਰੇ ਦਿਮਾਗ 'ਚ ਗੱਲ ਆਈ ਕਿ ਰੋਟੀ ਦੀ ਅਸਲ ਕਦਰ ਤਾਂ ਸਿਰਫ਼ ਇਹਨਾਂ ਨੂੰ ਪਤਾ, ਮੇਰੇ ਵਰਗੇ ਤਾਂ ਚੰਗੀ-ਭਲੀ ਰੋਟੀ ਵੀ ਪਰ੍ਹਾਂ ਵਗਾਹ ਕੇ ਮਾਰਦੇ ਹਨ।

ਐਨੇ 'ਚ ਹੀ ਮੇਰੇ ਦੋਸਤ ਨੇ ਮੈਨੂੰ ਅਵਾਜ਼ ਮਾਰ ਲਈ ਤੇ ਮੈਂ ਅੰਦਰ ਨੂੰ ਚਲਾ ਗਿਆ ਪਰ ਧਿਆਨ ਤਾਂ ਮੇਰਾ ਫਿਰ ਵੀ ਬਾਹਰ ਵੱਲ ਨੂੰ ਸੀ। ਕਾਫੀ ਦੇਰ ਅੰਦਰ ਬੈਠੇ ਰਹੇ ਪਰ ਮੈਂ ਆਹੀ ਸੋਚਦਾ ਰਿਹਾ। ਐਨੇ ਵਿੱਚ ਅਸੀਂ ਸਾਰੇ ਤੁਰਨ ਲਈ ਉੱਠ ਪਏ। ਸਾਡੇ ਮੇਜ਼ ਤੇ ਖਾਣ-ਪੀਣ ਦਾ ਕਾਫੀ ਸਮਾਨ ਪਿਆ ਸੀ ਤੇ ਮੰਨ ਨੀ ਕਰ ਰਿਹਾ ਸੀ ਕਿ ਮੈਂ ਐਵੇਂ ਭੋਜਨ ਬੇਕਦਰਾ ਕਰਕੇ ਜਾਵਾਂ। ਥੋੜ੍ਹੀ ਦੇਰ ਪਹਿਲਾਂ ਜੋ

ਮੇਰੇ ਨਾਲ ਹੋਇਆ ਸੀ ਉਹਦੇ ਕਰਕੇ ਮੈਂ ਚਾਹੁੰਦੇ ਹੋਏ ਵੀ ਆਪਣੀ ਕੁਰਸੀ ਤੋਂ ਉੱਠ ਨਾ ਸਕਿਆ। ਮੈਂ ਬਹਿਰੇ ਨੂੰ ਕਿਹਾ "ਵੀਰ ਇਹ ਸਮਾਨ ਲਫਾਫੇ ਵਿੱਚ ਪਾ ਕੇ ਮੈਨੂੰ ਦੇ ਦੇ।" "ਕਿੱਡਾ ਚੀਪੜ ਇਨਸਾਨ ਆ" ਕਹਿ ਕੇ ਮੇਰੇ ਦੋਸਤ ਹੱਸ ਪਏ। ਉਹਨਾਂ ਨੂੰ ਕੀ ਪਤਾ ਜੋ ਮੇਰੇ ਨਾਲ ਥੋੜੀ ਦੇਰ ਪਹਿਲਾਂ ਹੋਇਆ ਸੀ।

ਮੈਂ ਉਥੋਂ ਬਚਿਆ ਭੋਜਨ ਲੈ ਕੇ ਬਾਹਰ ਉਹੀ ਨਿਆਣਿਆਂ ਨੂੰ ਦੇ ਦਿੱਤਾ ਜਿਨ੍ਹਾਂ ਕੂੜੇਦਾਨ ਚੋਂ ਰੋਟੀ ਕੱਢ ਕੇ ਖਾਦੀ ਸੀ। ਉਹ ਬੜੇ ਖੁਸ਼ ਹੋਏ ਤੇ ਮੇਰਾ ਸੁਕਰਿਆ ਵੀ ਕੀਤਾ। ਮੈਂ ਇੱਕ ਬੱਚੇ ਦੇ ਸਿਰ ਤੇ ਹੱਥ ਫੇਰਿਆ ਤੇ ਚਲਾ ਗਿਆ।

ਹੁਣ ਜਦੋਂ ਵੀ ਕਿਤੇ ਬਾਹਰ ਖਾਣ ਜਾਂਦਾ ਹਾਂ ਬਚਿਆ ਭੋਜਨ ਲਫਾਫੇ 'ਚ ਪਾ ਕੇ ਲੈ ਆਉਂਦਾ ਹਾਂ ਤੇ ਕਿਸੇ ਜ਼ਰੂਰਤ ਮੰਦ ਨੂੰ ਦੇ ਦਿੰਦਾਂ ਕਿਉਂਕਿ ਮੈਨੂੰ ਭੋਜਨ ਦੀ ਕਦਰ ਦਾ ਪਤਾ ਚਲ ਗਿਆ ਸੀ।

ਬਿਰਧ ਆਸ਼ਰਮ

ਪਹਾੜੀਆਂ ਅਤੇ ਬੁੱਢੇ ਓਕ ਦੇ ਰੁੱਖਾਂ ਦੇ ਵਿਚਕਾਰ ਵਸੇ ਇੱਕ ਸੋਹਣੇ ਜੇ ਸ਼ਹਿਰ ਵਿੱਚ, ਸਰੀਜਾ ਨਾਮ ਦੀ ਇੱਕ ਛੋਟੀ ਕੁੜੀ ਰਹਿੰਦੀ ਸੀ। ਹਵਾ ਠੰਡੀ ਸੀ, ਪੁਰਾਣੀਆਂ ਯਾਦਾਂ ਦੀ ਮਹਿਕ ਲੈ ਕੇ ਜਾ ਰਹੀ ਸੀ। ਸਰੀਜਾ ਦੀ ਕਲਾਸ, ਆਪਣੀ ਅਧਿਆਪਕ ਦੇ ਨਾਲ, ਸ਼ਹਿਰ ਦੇ ਸਭ ਤੋਂ ਪੁਰਾਣੇ ਢਾਂਚੇ ਪਰ ਬੇਹੱਦ ਖੁਬਸੂਰਤ ਇੱਕ ਬਿਰਧ ਆਸ਼ਰਮ ਦੀ ਸਕੂਲ ਯਾਤਰਾ 'ਤੇ ਗਈ, ਜੋ ਜ਼ਿੰਦਗੀ ਦੀਆਂ ਤਰ੍ਹਾਂ-ਤਰ੍ਹਾਂ ਦੀਆਂ ਕਹਾਣੀਆਂ ਨਾਲ ਘਿਰਿਆ ਹੋਇਆ ਸੀ। ਆਸ਼ਰਮ ਦੇ ਅੰਦਰ ਜਾ ਕੇ ਪਤਾ ਲੱਗਿਆ ਕਿ ਇਹ ਇੱਕ ਅਜਿਹੀ ਜਗ੍ਹਾ ਹੈ ਜਿੱਥੇ ਹਰ ਪਾਸੇ ਸਮਾਂ ਰੁਕਿਆ ਜਾਪਦਾ ਸੀ - ਇੱਕ ਸ਼ਾਂਤ ਤੇ ਸਾਫ ਸੁਥਰੀ ਜਗ੍ਹਾ। ਬਜ਼ੁਰਗ ਲੱਕੜ ਦੀਆਂ ਕੁਰਸੀਆਂ 'ਤੇ ਬੈਠੇ, ਉਨ੍ਹਾਂ ਦੇ ਚਿਹਰੇ ਝੁਰੜੀਆਂ ਨਾਲ ਭਰੇ ਹੋਏ ਸਨ ਜੋ ਖੁਸ਼ੀਆਂ ਅਤੇ ਗ਼ਮੀ ਦੀਆਂ ਕਹਾਣੀਆਂ ਸੁਣਾਉਂਦੇ ਸਨ। ਸਰੀਜਾ ਨੇ ਆਪਣੀਆਂ ਵੱਡੀਆਂ ਅੱਖਾਂ ਦੇ ਨਾਲ ਬੜੀ ਮਾਸੂਮੀਅਤ ਨਾਲ ਬਜ਼ੁਰਗਾਂ ਨੂੰ ਵੇਖਿਆ, ਅਣਜਾਣ ਕਿ ਕਿਸਮਤ ਇੱਕ ਅਚਾਨਕ ਬਿਰਤਾਂਤ ਬੁਣਨ ਵਾਲੀ ਸੀ।

ਸਰੀਜਾ ਨੇ ਧੂੜ ਭਰੀ ਸ਼ੈਲਫ 'ਤੇ ਇੱਕ ਫੋਟੋ ਨੂੰ ਠੋਕਰ ਮਾਰ ਦਿੱਤੀ। ਉਸਦੀ ਨਜ਼ਰ ਇੱਕ ਜਾਣੇ-ਪਛਾਣੇ ਚਿਹਰੇ 'ਤੇ ਟਿਕ ਗਈ - ਉਸਦੀ ਦਾਦੀ, ਜੋ ਉਸਦੇ ਮਾਪਿਆਂ ਅਨੁਸਾਰ, ਸਾਲਾਂ ਪਹਿਲਾਂ ਇਸ ਦੁਨੀਆ ਤੋਂ ਤੁਰ ਗਈ ਸੀ। ਉਲਝਣ ਅਤੇ ਘਬਰਾਹਟ ਵਿੱਚ, ਸਰੀਜਾ

ਦੀਆਂ ਅੱਖਾਂ ਹੰਝੂਆਂ ਨਾਲ ਭਰ ਗਈਆਂ। ਉਹ ਜਵਾਬ ਮੰਗਦੇ ਹੋਏ ਆਪਣੀ ਅਧਿਆਪਕਾ ਕੋਲ ਗਈ। ਬਿਰਧ ਆਸ਼ਰਮ ਦੇ ਇੱਕ ਸ਼ਾਂਤ ਪਾਸੇ, ਅਧਿਆਪਕਾ ਨੇ ਬੜੀ ਨਰਮੀ ਨਾਲ ਸਰੀਜਾ ਨੂੰ ਸਮਝਾਇਆ ਕਿ ਦਾਦੀ, ਅਜੇ ਵੀ ਜ਼ਿੰਦਾ ਅਤੇ ਚੰਗੀ ਹੈ ਤੇ ਇਸ ਬਿਰਧ ਆਸ਼ਰਮ ਦੇ ਵਿੱਚ ਬੜੀ ਵਧੀਆ ਰਹਿ ਰਹੀ ਹੈ। ਅੰਦਰੋਂ ਅਧਿਆਪਕਾ ਵੀ ਇਹ ਸੋਚ ਕੇ ਕੰਬ ਰਹਿ ਸੀ ਇਹ ਸਭ ਕਿਵੇਂ ਹੋ ਸਕਦਾ ਹੈ। ਪਰ ਉਸ ਨੇ ਬੜੀ ਨਰਮੀ ਨਾਲ ਸਾਰੇ ਮਾਹੌਲ ਨੂੰ ਕਾਬੂ ਵਿੱਚ ਰੱਖਿਆ।

ਸਰੀਜਾ ਰੋਂਦੀ-ਰੋਂਦੀ ਆਪਣੀ ਦਾਦੀ ਦੇ ਗਲੇ ਲੱਗ ਗਈ। ਖੁਸ਼ੀ, ਉਲਝਣ, ਅਤੇ ਅਵਿਸ਼ਵਾਸ ਦਾ ਮਿਸ਼ਰਣ ਬਿਰਧ ਆਸ਼ਰਮ ਵਿੱਚ ਗੂੰਜਦਾ ਹੈ, ਇਕ ਦਰਦਨਾਕ ਦ੍ਰਿਸ਼ ਨੂੰ ਸਾਹਮਣੇ ਲਿਆਉਂਦਾ ਹੈ। ਬਜ਼ੁਰਗਾਂ ਨੇ, ਇਸ ਅਚਾਨਕ ਪੁਨਰ-ਮਿਲਣ ਦੇ ਗਵਾਹਾਂ ਨੇ ਹਮਦਰਦੀ ਵਾਲੀਆਂ ਮੁਸਕਰਾਹਟਾਂ ਸਾਂਝੀਆਂ ਕੀਤੀਆਂ, ਜਿਨ੍ਹਾਂ ਨੇ ਜੀਵਨ ਦੇ ਰਹੱਸਾਂ ਦੇ ਆਪਣੇ ਨਿਰਪੱਖ ਹਿੱਸੇ ਦਾ ਅਨੁਭਵ ਕੀਤਾ। ਅਧਿਆਪਕਾ ਨੇ ਸਰੀਜਾ ਦੇ ਮਾਪਿਆਂ ਨੂੰ ਫੋਨ ਕਰਕੇ ਸਾਰਾ ਕੁਝ ਸਮਝਾਇਆ। ਸਰੀਜਾ ਦੇ ਮਾਪੇ ਪਹੁੰਚੇ। ਪਰਿਵਾਰ ਦੇ ਮੈਂਬਰਾਂ ਦੀ ਗੱਲਬਾਤ ਜਜ਼ਬਾਤ - ਮੁਆਫ਼ੀ, ਸਪੱਸ਼ਟੀਕਰਨ, ਅਤੇ ਇੱਕ ਪੁਨਰ-ਮਿਲਣ ਦੀ ਨਿੱਘ ਨਾਲ ਭਰੀ ਹੋਈ ਸੀ। ਅਤੀਤ ਦੇ ਪਰਛਾਵਿਆਂ ਨੂੰ ਪਿੱਛੇ ਛੱਡ ਕੇ ਬਿਰਧ ਆਸ਼ਰਮ ਰਿਸ਼ਤਿਆਂ ਨੂੰ ਮੁੜ ਜੋੜਨ ਦਾ ਇੱਕ ਕਾਰਣ ਬਣ ਗਿਆ।

ਸਰੀਜਾ, ਉਸਦੇ ਪਰਿਵਾਰ ਅਤੇ ਬਿਰਧ ਆਸ਼ਰਮ ਦੇ ਬਜ਼ੁਰਗਾਂ ਨੇ ਨਵੇਂ ਰਿਸ਼ਤੇ ਬਣਾਏ, ਇਹ ਮਹਿਸੂਸ ਕਰਦੇ ਹੋਏ ਕਿ ਜ਼ਿੰਦਗੀ ਦਾ ਅਸਲ ਤੱਤ ਸਾਂਝੇ ਕੀਤੇ ਪਲਾਂ ਵਿੱਚ ਹੈ। ਫਿਰ ਵੀ, ਸਰੀਜਾ ਦੇ ਮਾਤਾ-ਪਿਤਾ ਸੱਚਾਈ ਨੂੰ ਛੁਪਾਉਣ ਦੀ ਸ਼ਰਮ ਨਾਲ ਜੂਝ ਰਹੇ ਸਨ, ਉਨ੍ਹਾਂ ਦੀਆਂ ਅੱਖਾਂ ਆਪਣੀ ਧੀ ਨਾਲ ਅਸਲੀਅਤ ਨੂੰ ਸਾਂਝਾ ਨਾ ਕਰਨ ਲਈ ਅਫ਼ਸੋਸ ਨੂੰ ਦਰਸਾਉਂਦੀਆਂ ਸਨ। ਜਦੋਂ ਉਹ ਘਰ ਨੂੰ ਜਾਣ ਵਾਲੇ

ਸੀ ਇੱਕ ਬੜਾ ਹੀ ਹੈਰਾਨ ਕਰਨ ਵਾਲਾ ਸਵਾਲ ਹਵਾ ਵਿੱਚ ਉਲਝ ਗਿਆ, ਸਿਰਜਾ ਨੇ ਰੋਂਦੇ-ਰੋਂਦੇ ਬੜੀ ਮਾਸੂਮੀਅਤ ਵਿੱਚ ਆਪਣੇ ਪਿਤਾ ਨੂੰ ਪੁੱਛਿਆ, "ਕੀ ਤੁਸੀਂ ਵੀ ਬੁੱਢੇ ਹੋ ਕੇ ਕਿਸੇ ਬਿਰਧ ਆਸ਼ਰਮ ਵਿੱਚ ਚਲੇ ਜਾਓਗੇ?" ਇੱਕ ਸਵਾਲ ਜੋ ਜੀਵਨ ਦੀ ਕਮਜ਼ੋਰੀ ਨੂੰ ਬਿਆਨ ਕਰ ਰਿਹਾ ਸੀ, ਜਿਸ ਨੇ ਸਭ ਨੂੰ ਰਿਸ਼ਤਿਆਂ ਨੂੰ ਬੰਨ੍ਹਣ ਵਾਲੇ ਨਾਜ਼ੁਕ ਧਾਗਿਆਂ 'ਤੇ ਵਿਚਾਰ ਕਰਨ ਲਈ ਛੱਡ ਦਿੱਤਾ ਅਤੇ ਖੁੰਝੇ ਮੌਕਿਆਂ ਦੀ ਉਦਾਸੀ ਵਿੱਚ ਲਪੇਟ ਦਿੱਤਾ।

ਸਰੀਜਾ ਦਾ ਪਿਤਾ ਉਸ ਨੂੰ ਘੁੱਟ ਕੇ ਗਲੇ ਲਾਉਂਦਾ ਹੈ ਤੇ ਫਿਰ ਓਥੇਂ ਲੈ ਜਾਂਦਾ ਹੈ।

ਤੇਜ਼ ਘੋੜੀ

ਇੱਕ ਮੁੰਡਾ ਕੁੜੀ ਨੂੰ ਭਜਾ ਕੇ ਲੈ ਚਲਿਆ ਹੁੰਦਾ। ਉਹ ਘੋੜੀ ਵਾਲੇ ਕੋਲ ਜਾ ਕੇ ਕਹਿੰਦਾ ਕਿ ਐਦਾਂ ਐਦਾਂ ਕਰਕੇ ਮੈਂ ਕੁੜੀ ਨੂੰ ਲੈ ਕੇ ਜਾਣਾ ਏ ਕਿ ਇਹਦੇ ਘਰ ਦੇ ਸਾਡੇ ਪਿੱਛੇ ਨੇ ਤੇ ਜੇ ਉਨ੍ਹਾਂ ਸਾਨੂੰ ਫੜ੍ਹ ਲਿਆ ਤਾਂ ਸਾਨੂੰ ਮਾਰ ਦੇਣਗੇ। ਇਸ ਕਰਕੇ ਮੈਨੂੰ ਇੱਕ ਅਜਿਹੀ ਘੋੜੀ ਦੇ ਦੇ ਜੋ ਬਾਹਲੀ ਤੇਜ਼ ਭਜਦੀ ਹੋਵੇ।

ਘੋੜੀ ਵਾਲੇ ਕੋਲ ਚਾਰ ਘੋੜੀਆਂ ਸੀ, ਇੱਕ ਵੱਲ ਉਂਗਲ ਕਰਕੇ ਕਹਿੰਦਾ, "ਆ ਲੈ ਜੋ ਇਹ ਬੜੀ ਤੇਜ਼ ਭਜਦੇ ਏ, ਇਹਦੀ ਮਾਂ ਵੀ ਬੜੀ ਤੇਜ਼ ਭਜਦੀ ਸੀ ਤੇ ਅੱਗੇ ਉਹਦੀ ਮਾਂ ਵੀ ਬੜੀ ਤੇਜ਼ ਭਜਦੀ ਸੀ।"

ਇਹ ਸੁਣਦਿਆਂ ਹੀ ਮੁੰਡੇ ਨੂੰ ਪਤਾ ਨੀ ਕੀ ਹੁੰਦਾ ਹੈ ਉਹ ਕੁੜੀ ਨੂੰ ਉਹਦੇ ਘਰ ਛੱਡ ਆਇਆ ਤੇ ਕਹਿੰਦਾ, "ਜਿੱਥੇ ਮੇਰੇ ਘਰ ਦੇ ਕਹਿਣਗੇ ਮੈਂ ਓਥੇ ਹੀ ਵਿਆਹ ਕਰਵਾਉਣਾ, ਤੂੰ ਵੀ ਆਵਦੇ ਘਰ ਦਿਆਂ ਦੀ ਮੰਨੀਂ।"